MW00898334

A Garden of Vietnamese Lyrics & Verse

Volume 1
Bilingual Edition

Compiled and Translated
by *Vuong Thanh*

A Garden of Vietnamese Lyrics & Verse, Volume 1
by Vuong Thanh

Copyright © 2019 by **Vuong Thanh**
All the translations in this book are copyrighted. The translations
may not be reproduced in any manner whatsoever, without written
permisssion from the publisher, with the exception of fair use, as in
book reviews. The authors, however, are welcome to reproduce and
distribute the translations of their songs or poems without
alterations in their books, websites, cds, etc.
The original poems and songs are copyrighted by their authors.
The calligraphic and art paintings are copyrighted by the artists.

Cover Painting by **Thanh Trí**
Cover Design by **Nguyễn Minh Các**
ISBN: 9781089621171
Second Edition, November 2019
Second edition includes 16 more poems and songs for a total of 153.
Translation of "The Tale of Kieu" by Nguyen Du now covers the first
496 lines.

Visit website: https://lachongpoetry.blogspot.com/ to enjoy
Vietnamese music videos for various songs that were translated in
this book. Experience the Vietnamese love for poetry by listening to
poems presented in an exotic and soul-touching Vietnamese style of
poetry reading-singing. The song lyrics or poetry translations on the
website can be freely distributed.

contact info: lachongpoetry@gmail.com
Publisher: Vuong Thanh

This book is dedicated

to the memory of my father, Poet Phương Hồ;

to my mother, Poet Tuệ-Nga;

to my family: Alan, Ryan, and Amy;

to all my brothers and sisters;

to my big brother, EmptyCloud;

to the memories of beloved poets and songwriters;

and to my homeland…

Special Thanks to Artist **Thanh Trí** for the use of your beautiful paintings in this book and on the cover.

Special Thanks to Artist and Musician **Văn Tấn Phước** for the use of your exotic calligraphic verse paintings and inspiring songs.

Special Thanks to Artist and Poet **Vũ Hối** for the use of your "dragon-flight, phoenix-dance" word paintings.

Special Thanks to Musician **Vĩnh Điện** for your beautiful songs, notably "O Lady of Peace", "The Lullaby of Mother Vietnam", and the English song "Seeking for Whom?".

Special Thanks to Artist **Nguyễn Sơn** for the use of your beautiful autumn paintings in this book.

Special Thanks to Poet **Nguyễn Minh Các** for designing the beautiful book cover.

Special Thanks to **All My Fellow Poets and Songwriters** for sharing your favorite poems and songs for inclusion in this book.

Special Thanks to **All My Friends** for your cheers and suggestions.

Huge Thanks to **All the Poets & Songwriters of the Past and the Present** for your wonderful poems and songs.

Preface

The Vietnamese people love poetry. Folk verse has been used in Vietnam for thousands of years to pass down common wisdom, customs, traditions, and field knowledge from one generation to the next, even before there was a written language. Children grow up with lullabies; lullabies are easy to sing and remember since they use the innately melodious Vietnamese six-eight poetry form. The six tones of the Vietnamese language and its abundance of word rhymes help make writing verses fairly easy and fun.

The phrase "beautiful like poetry" is commonly used in Vietnam to praise and express delight for something that one finds poetically beautiful. Poetry's source of inspiration is often angelized as a poet's heart friend and an enchanting dream fairy.

Prince General Trần Hưng Đạo's famous address to his officers, in the thirteenth century, is a mighty poem that touched and united the hearts of hundreds of thousands of women and men to defend the homeland from the overwhelming invasions of the Mongolian dynasty.

From the villages to the cities, from the common people to high ranking officials, from literature to politics, from love's torment to Zen enlightenment, poetry and music pervade many aspects of Vietnamese life. Most Vietnamese probably have written some love poems at one time or another. Many can easily recall popular song lyrics or verses when the occasion arises.

In this book, I would like to share with the reader my collection of favorite Vietnamese song lyrics and poems. Many selections are very well-known to Vietnamese around the world. Several other wonderful poems and songs are selected for translation from the writings of my contemporaries.

A poem or song is not unlike a flower, wherever it blooms. Although its fragrance usually diminishes to some extent when transported from its native home to foreign soil, it was overall a worthwhile endeavor and a delightful journey to bring over homeland flowers and replant them in the universal English garden to share with poetry lovers around the world. I wish the reader a pleasant time walking in "A Garden of Vietnamese Lyrics & Verse" and enjoy the exotic fragrances of flowers from the Orient.

Vuong Thanh
August 2019

Lời Giới Thiệu

Preface in Vietnamese for Vietnamese Readers

Tuy đã viết bài tựa cho cuốn sách "Một Khu Vườn Thơ-Nhạc Việt-Nam", nhưng đó là lời giới thiệu chung và chính yếu là cho người nước ngoài đọc. Vương-Thanh có vài lời muốn thưa riêng cùng quý vị độc giả Việt Nam và các tác giả của những bài thơ và nhạc trong sách.

Vương Thanh làm cuốn sách này với mục đích chính là góp một phần công sức vào việc phổ biến thơ và nhạc Việt ra thế giới. Việc phổ biến tuy rất khó khăn, nhưng có thêm một cuốn sách thơ nhạc song ngữ, là có thêm một phương tiện. Hy vọng cuốn sách này có thể hữu dụng phần nào trong việc giúp cho những bạn trẻ tìm về nguồn cội.

Hầu hết những nguyên tác trong đây đã được sự cho phép của những tác giả, hay là bản quyền đã thuộc về công chúng (public domain) vì đã quá xưa, hết hạn bản quyền. Có một vài áng thơ, bản nhạc, thấy được phổ biến rất nhiều nơi trên mạng Internet, VT cũng không được rõ ràng lắm có thuộc về công chúng hay chưa, hay là đã được tác giả cho phép. Vì không liên lạc được với tác giả, nên đã mạn phép đem dịch và cho in vào trong sách để góp phần phổ biến cho người nước ngoài được thưởng thức. Nếu tác giả có ý kiến về thơ hay nhạc của mình được in trong cuốn sách này, thì xin vui lòng liên lạc với VT. Xin có lời cáo lỗi trước.

Có người thắc mắc hỏi sao có nhiều bài nhạc chỉ có để lời mà không cho bản nhạc vào. Xin thưa: Những bài có in nhạc là do tác giả của những bản nhạc hay thơ được phổ nhạc, gửi cho VT để in vào trong sách. Còn nhiều bài khác, tuy bản nhạc có thể kiếm thấy ở trên mạng, phép, VT thấy ngại cho vào trong sách.

Cuốn sách này, VT không làm với tính chất biên khảo văn chương.
Đây là tập thơ nhạc tuyển dịch của cá nhân VT với những bài mình ưa
thích, để chia sẻ với độc giả bốn phương. Thứ tự sắp xếp bài vở, rất
tùy ý, không theo nguyên tắc nào cả.

Có nhiều thi sĩ, nhạc sĩ có những thi phẩm, nhạc phẩm rất hay. Nhưng
thời gian có hạn, sách cũng đã dày, nếu có duyên quen biết, thì xin
hẹn cuốn sau.

Xin Cảm Tạ Quý Vị và Kính Chúc Quý Vị cùng Gia Đình
An Vui, Hạnh Phúc.

Trân Trọng,

Vương Thanh
tháng 8 năm 2019

Bàn Về Dịch Thơ Qua Tiếng Anh

Discussion about Translating of Viet Poetry to English
for Vietnamese Readers.

Có nhiều người bạn làm thơ và nhạc cho rằng dịch thơ hay nhạc là chuyện không nên làm, vì một bản dịch thường sẽ mất đi khá nhiều cái hay của nguyên tác. Nhất là với ngôn ngữ và văn hóa khác biệt như tiếng Việt và tiếng Anh.

Hôm nay tôi sẽ bàn về diều này một chút, nếu phân tích cặn kẽ thì sẽ khá dài. Đúng là cũng có không ít những bài thơ hay nhạc Việt không thể dịch được hoặc là rất khó dịch cho hay. Những bài này Vương Thanh sẽ bỏ qua, không dịch. Tuy nhiên tiếng Anh là một ngôn ngữ vô cùng phong phú, là tiếng Mẹ đẻ của đại kịch tác gia Shakespeare nên rất nhiều thơ nhạc đều có thể dịch qua. Tùy theo khả năng của người dịch mà thôi.

Sống ở trần thế này, sao phải đòi Hoàn Hảo. Nếu ai cũng đòi bản dịch phải Hay tương đương hay gần bằng nguyên tác thì làm gì có Đạo Đức Kinh, Kinh Vệ Đà, Trường Thiên Anh Hùng Ca Ca Homer's Iliad tiếng Hy Lạp chuyển qua Anh ngữ, v.v. cho rất nhiều người yêu thơ, yêu văn chương được thưởng thức và học hỏi.

Vấn đề khó khăn nhất khi muốn dịch một bài thơ là hiểu rõ ý của tác giả về nguyên tác. Lời thơ thường cô đọng, kiệm từ, không viết rõ ràng như văn xuôi, lại hay dùng ẩn dụ, điển tích, nên có khi có nhiều ý nghĩa khác nhau, hay có khi câu thơ, nhạc ý nghĩa mờ ảo, chỉ dựa vần điệu êm xuôi mà thông qua. Cùng là người Việt, cũng có thể hiểu nguyên tác khác nhau. Còn dịch thơ cho có vần điệu với một nhà thơ song ngữ mà nói cũng không có gì là khó.

Những bản thơ dịch trong đây, tùy bài mà nói, có khi cũng phóng tác một chút, để bản dịch có thêm vần điệu, thêm hồn thơ, cho giống như một bài thơ được sáng tác bằng tiếng Anh, mà bớt đi "mùi" dịch. Nhưng chính yếu vẫn là giữ cho sát ý với nguyên tác là điểm chính, sau đó là sát nghĩa. Những bài thơ dịch trong sách phản ảnh sự cảm nhận, hiểu biết của dịch giả đối với nguyên tác. Và như đã nói, một câu thơ trong nguyên tác có khi có thể hiểu theo nhiều ý khác nhau.

Người Anh thưởng thức kịch thơ của Hy Lạp từ mấy ngàn năm trước, và kịch thơ Shakespeare hơn mấy trăm năm trước. Sự cách biệt thời đại và văn hóa khác biệt không phải là rào cản với người yêu thơ và có tâm hồn rộng mở. Tình yêu, lòng yêu nước, đau thương, cảm hoài, nhớ nhung, yêu, ghét, v.v. là những tình cảm, cảm xúc của nhân loại bao ngàn năm nay không thay đổi. Cái hay của một bài thơ không chỉ ở vần điệu mà ở những hình ảnh, tư tưởng và cảm xúc. Ngôn từ như ngón tay chỉ vầng trăng.

Với Một Người Yêu Thơ Và Có Tâm Hồn Rộng Mở Dù Là Người Nước Nào cũng có thể thưởng thức bản dịch bài thơ. Họ sẽ không chỉ nhìn ngón tay mà quên đi vầng trăng. Còn người cùng chung tiếng Mẹ đẻ, nếu không phải kẻ đồng điệu, có khi cũng không thấy nguyên tác có gì là hay!

Theo quan điểm của Vuong Thanh chỉ cần được bảy, tám chục phần trăm cái Hay, cái Hồn của nguyên tác thì bản dịch cũng đã đủ xứng đáng để đem đi phổ biến cái Đẹp, cái Lãng Mạn của dòng Thơ Nhạc Việt Nam ra thế giới cho những tâm hồn đồng điệu cùng thưởng thức, và để mình hãnh diện là người Việt Nam.

Vương Thanh

Book Reviews & Comments

- Nhà Văn Sơn Tùng
- Nhà Thơ, Nhà Văn Song Nhị
- Nữ Sĩ Nguyễn Thị Ngọc Dung
- Nhạc Sĩ Vĩnh Điện
- Nữ Sĩ Đặng Lệ Khánh
- Nhạc Sĩ Ngô Thụy Miên
- Nữ Sĩ Tuệ Nga

I had the pleasure of having my manuscript reviewed by Mr. Sơn Tùng, a prestigious essayist and news analyst of various Vietnamese literary and news websites, and a former chairman of Vietnamese Abroad PEN Center (1996-1998, 2004-2008). Regarding literary works, he had published two long novels, their titles translated as "A Band of Small Animals" (released in a Vietnamese daily newspaper in 1974, published in the US in 1994, translated to German in 1996, "Schar Kleiner Tiere"), and "The Fire of Peace", published by "Làng Văn" in the United States in 2004. He also wrote a lot of short stories, which were published in the book, "Punishment" (1990) and "Wound" (1992). His latest book: "The Karma of a Writer", (Memoir, 2013).

A Garden of Lyrics & Verse or "The Vietnam Soul" - Sơn Tùng

Wandering into "A Garden of Vietnamese Lyrics & Verse", we have the feeling of meeting again a something very affectionately familiar that had long been absent from our lives. Something not well-defined, but intimate, gentle, ethereal, …

As we continue to stroll in "The Garden", we see even more clearly the flowers, the leaves, the birds singing, the butterflies,… of those long ago days that had passed on forever and are no more, but are being recalled with the lyrics, the verse, the paintings. The feeling's like a person rediscovering a part of his soul that had wandered away for many years.

We had lost a lot of things since we left our homeland, and have to live refugee life on foreign soil. We had accepted our new countries as a second homeland, and two generations since then had settled down with a third coming.

Tôi hân hạnh được nhà văn Sơn Tùng, cũng là nhà báo và bình luận gia quen thuộc trên văn đàn hải ngoại, và là cựu chủ tịch Văn Bút Việt Nam Hải Ngoại cho cảm nhận về bản thảo của "Một Khu Vườn Thơ Nhạc Việt". Về tác phẩm văn học, ông đã viết hai cuốn truyện dài: "Bầy Thú Nhỏ" và "Lửa Hòa Bình". (1996-1998, 2004-2008). "Bầy Thú Nhỏ" được khởi đăng trên "Nhật Báo Tiền Tuyến" ở Sài Gòn năm 1974, xuất bản tại Hoa Kỳ năm 1994, và chuyển dịch qua Đức ngữ năm 1996. Truyện dài "Lửa Hòa Bình" do Làng văn (Canada) xuất bản năm 2004 và được đăng trên trang mạng phonhonews.com. Ông cũng viết nhiều truyện ngắn, được chọn in vào hai tuyển tập, "Trừng Phạt" (1990) và "Vết Thương" (1992). Tác phẩm mới nhất: "Cái Nghiệp Văn Báo" (Bút ký, 2013).

Khu Vườn Thơ Nhạc hay "Hồn Việt-Nam"
- Sơn Tùng

Lạc bước vào "Một Khu Vườn Thơ Nhạc Việt Nam" của Vương Thanh ta có ngay cảm giác như gặp lại một cái gì rất thân quen đã từ lâu xa vắng. Một cái gì không rõ ràng nhưng rất gần gũi, êm đềm, lung linh …

Càng dạo bước trong "Khu Vườn", ta càng nhận rõ những hoa, những lá, những tiếng chim, những cánh bướm …của những năm tháng xa xăm về một phần đời đã trôi đi, không còn nữa…đang được những tiếng thơ, khúc nhạc, nét họa gợi nhớ, hiện về, như một kẻ đã tìm lại được mảnh hồn đi lạc trong nhiều năm.

Chúng ta đã mất mát rất nhiều từ ngày bỏ nước ra đi, phải sống đời lưu vong tị nạn trên xứ người, đã nhận nơi này làm quê hương thứ hai, và hai thế hệ đã cắm sào bình yên trên quê hương mới, thế hệ thứ ba đang tới.

The Viet people oversea have successfully become part of their host countries, especially in America, a melting pot with people of all races. I'ts very hard to avoid the phenomenon of "being melted", especially for later generations who will have little reason to remember and easily forget their Vietnamese roots, heritage, history and culture.

VuongThanh's "A Garden of Vietnamese Lyrics & Verse" is a contributing reply to this concern. As the author wrote in the Preface for Vietnamese Readers, "created this book with the main purpose of contributing to the work of spreading Vietnamese music and poetry to the world. Making Vietnamese culture more widely known to the world is very difficult, and a bilingual book on Vietnamese music and poetry provides an additional mean toward this goal. Hopefully, the book also serves some usefulness in helping young Vietnamese rediscover their Vietnamese heritage."

"A Garden of Vietnamese Lyrics & Verse" is a reminder for future generations of Vietnamese born in "a second homeland" to remember that they have a fantastic Vietnamese roots, an invaluable heritage that they have not been fully aware of or may have forgotten. This spiritual heritage will not only make their lives more enriching, but will also make them proud, confident to be Vietnamese among other races, and will be a source of strength to help them be strong and stand straight before the many difficulties and challenges in life.

That's the "Soul of Vietnam".

Sơn Tùng
August 31, 2019
English translation by VuongThanh

Người Việt hải ngoại đã hội nhập thành công, đặc biệt là trên nước Mỹ, "nồi xúp thập cẩm", một quốc gia tạp chủng, và như thế, chúng ta đã không tránh khỏi hiện tượng "hòa tan", những thế hệ đi sau càng ngày càng quên cội nguồn, lịch sử, văn hóa Việt Nam.

"Một Khu Vườn Thơ Nhạc Việt Nam" của Vương Thanh là một đáp ứng cần thiết như chính lời tác giả, "làm cuốn sách này với mục đích chính là góp một phần công sức vào việc phổ biến thơ và nhạc Việt ra thế giới. Việc phổ biến tuy rất khó khăn, nhưng có thêm một cuốn sách thơ nhạc song ngữ, là có thêm một phương tiện. Hy vọng cuốn sách này có thể hữu dụng phần nào trong việc giúp cho những bạn trẻ tìm về nguồn cội."

"Một Khu Vườn Thơ Nhạc Việt Nam" là một nhắc nhở những thế hệ trẻ Việt Nam sinh ra trên "quê hương thứ hai" rằng họ có một cội nguồn với bản sắc tuyệt vời, một di sản vô giá mà họ đã vô tình bỏ quên. Di sản tinh thần ấy không chỉ làm cho đời sống của họ thêm phong phú mà còn khiến họ tự hào, tự tin bên cạnh những sắc dân dị chủng, và là sức mạnh tiềm tàng giúp họ đứng vững, đứng thẳng trước mọi thử thách trong cuộc sống.

Đó chính là "Hồn Việt Nam".

Sơn Tùng
8/31/2019

I had the pleasure of having Mr. Song Nhị, the head of a Vietnamese literary publishing organization called "CSTV Cội Nguồn" and the editor-in-chief of the magazine "Nguồn" (Roots), read my book manuscript and give his thoughts. Song Nhị had published several poetry books in America since 1996. Regarding prose, he published a bilingual book titled "Half A Century of Vietnam" in 2010, and in 2015 another book with title translated as "Selections of 50 Years of Writing" in 2015.

Reading Vuong Thanh's Big Literary Work
- Song Nhị

Coming from a a poet's family with literary genes inherited from his parents, Poet Phương Hồ and Poet Tuệ Nga, VuongThanh, together with natural aptitude for poetry and passion for literature, enter the literary field very early, over thirty years ago, with his first poem written in English, when he was in high school.

VuongThanh started his literary journey in the right direction with steady footsteps. He's diferent from many authors who write poems or essays but do not have the passion to read and enjoy the literary works of others. There were some writers who told me that they have never really read another author's work.

Before becoming a poet, VuongThanh had enjoyed the poetry of several famous poets and literary works of the world. Of course, they include great poets of Vietnam and their works: the poetry of Vũ Hoàng Chương, The Tale of Kim Van Kieu of Nguyễn Du, etc. Beside that, he also read and admire several world-famous poets like Shakespeare, John Keats, Lord Byron, Li Bai, Li Shangyin, etc.

Tôi hân hạnh được tác giả Song Nhị, chủ nhiệm Cơ Sở Thi Văn Cội Nguồn và tập san Nguồn, cho cảm nhận về bản thảo của "Một Khu Vườn Thơ Nhạc Việt". Tác giả Song Nhị đã xuất bản nhiều tập thơ bao gồm: Tiếng Hờn Chiến Mã (Cội Nguồn 1996), Về Lối Đi Xưa (Cội Nguồn 1999), Tiếng Hót Loài Chim Di (Cội Nguồn, 2002), Lưu Dân Thi Thoại (biên khảo thơ cùng viết với nhà văn Diên Nghị, năm 2003). Về văn, có quyển sách song ngữ "Nửa Thế Kỷ Việt Nam", tiếng Anh là "Half A Century of Vietnam" được xuất bản năm 2010, và sau đó là cuốn "Tuyển Tập Văn 50 Năm Cầm Bút (Cội Nguồn 2015).

Đọc Tác Phẩm Lớn của Vương Thanh
- Song Nhị

Xuất thân trong một gia đình mang truyền thống thi ca, thừa hưởng dòng máu văn chương từ bố mẹ - thân phụ, nhà thơ Phương Hồ và thân mẫu, nhà thơ Tuệ Nga - lại sẵn năng khiếu và sở thích, Vương Thanh đi vào lãnh vực thơ văn rất sớm, khởi viết cách đây 30 năm và bài thơ đầu tay bằng Anh ngữ sáng tác từ thời học sinh trung học.

Vương Thanh đã khởi đầu hành trình đúng hướng và bước đi chững chạc. Khác với một số người trước khi cầm bút không có thú đam mê đọc và thưởng ngoạn thơ văn tha nhân, thậm chí không hề đọc một tác giả nào. Có người đã thú nhận với tôi như vậy.

Trước khi đi vào nghiệp viết lách, Vương Thanh đã tìm đến với những nhà thơ lớn và những tác phẩm lớn của thế giới, dĩ nhiên trong đó có những danh nhân và kiệt tác của dân tộc Việt Nam: thơ Vũ Hoàng Chương, Kiều của Nguyễn Du; Bên cạnh đó tác giả cũng đọc và ái mộ các nhà thơ lừng danh thế giới như Shakespeare, John Keats, Lord Byron, Lý Bạch, Lý Thương Ẩn, v.v.

This book is a bilingual collection of Vietnamese lyrics and verses that the translator had put in a lot of time and effort to choose the songs and poems from the 14th century onward. A person, if not without the passion and heart for literature, the determination, the strong English proficiency of Vuong Thanh, will not be able to complete a literary work over five hundred pages like this book "A Garden of Vietnamese Lyrics & Verse".

The achievement of this literary work is just as the words of the translator: "… Worked on this book with the intention of helping to make Vietnamese music and poetry better known to the world." This's a contribution that is meaningful and valuable.

VuongThanh had worked together with CSTV Cội Nguồn (The Homeland Roots Literary Foundation) and the magazine Nguồn (Roots) several years ago, and was a contributing author of these literary works "Lưu Dân Thi Thoại" (Cội Nguồn publisher, 2003) and "Dòng Cổ Nguyệt" (Cội Nguồn publisher 2013). He also had contributed to various Vietnamese literary magazines overseas.

Thank you the author Vuong Thanh. I am pleased to introduce "A Garden of Vietnamese Lyrics & Verse" with the readers, and friends of Nguồn magazine.

Song Nhị
San Jose, August 30, 2019
English translation by VuongThanh

Tác phẩm là một tập hợp song ngữ Thơ - Nhạc mà dịch giả đã bỏ công sưu tầm các tác giả từ thế kỷ thứ 14 trở đi. Một người, nếu không có "thú đam mê", tâm huyết và nghị lực với vốn liếng Anh ngữ vững vàng như Vương Thanh thì không thể nào hoàn thành được một tác

phẩm dày hơn 500 trang sách như quyển "A Garden of Vietnamese Lyrics & Verse" này.

Thành tựu của tác phẩm đúng như tự sự của dịch giả: "…. Làm cuốn sách với mục đích góp một phần công sức vào việc phổ biến thơ và nhạc Việt ra thế giới..". Đây là một đóng góp có ý nghĩa và giá trị.

Vương Thanh cộng tác từ rất sớm với Cơ Sở Thi Văn Cội Nguồn và tạp chí Nguồn, có tên trong các tác phẩm: Lưu Dân Thi Thoại (Coi Nguon 2003), Dòng Cổ Nguyệt (Coi Nguon 2013); Góp mặt trong một số tạp chí văn chương và các tuyển tập thơ hải ngoại..

Xin cảm ơn tác giả Vương Thanh và xin hân hạnh giới thiệu "A Garden of Vietnamese Lyrics & Verse" cùng quý độc giả và bạn đọc tạp chí Nguồn.

Song Nhị
San Jose, 30-8-2019

I had the pleasure of having my manuscript reviewed by Ms. Nguyễn Thị Ngọc Dung, the former head of CoThom Magazine and Literary Foundation (2003-2017). She had published several poetry books, novels, and memoirs since 1994 and were invited to contribute her poems to many other literary works by multiple authors and other well-known poets.

Thoughts and Feelings on the Book "A Garden of Vietnamese Lyrics & Verse" of Vuong Thanh

- Nguyễn Thị Ngọc Dung

This is a bilingual collection of Vietnamese lyrics and verses of poet and translator VuongThanh. When I first opened the manuscript from the email, I immediately like the background of the book cover which matches very nicely with the painting by Artist Thanh Trí. The book content is presented simply and professionally. "A Garden of Vietnamese Lyrics & Verse, Volume 1", is a substantial book, over 500 pages with about half of it in English.

I don't quite have the ability to quickly feel and absorb the full beauty of the poetry in English, but I can see from the English verses the romanticism and literariness of VuongThanh. Over two hundred fifty pages were translated to English. This's sufficient to acknowledge that the translator's mastery of the English language is quite respectable.

I really appreciate his well-chosen selection of famous Vietnamese poems and song lyrics for translation to English. Vuong Thanh wrote that the poems and lyrics he translated are his favorites or that they are his chosen selections of the poems and songs of the authors that he's acquainted with. I also have read a lot of the poems or listened to the songs that VuongThanh had translated, so I was quite drawn in with this literary work.

Tôi hân hạnh được Nữ Sĩ Nguyễn Thị Ngọc Dung, cựu chủ nhiệm cơ sở văn học Cỏ Thơm (2003 – 2017) cho cảm nhận về bản thảo của "Một Khu Vườn Thơ Nhạc Việt". Nữ Sĩ đã xuất bản nhiều cuốn sách bao gồm truyện ngắn, hồi ký và thơ từ năm 1994 và được mời góp thơ cho nhiều tuyển tập thơ gồm nhiều tác giả, và những nhà thơ nổi tiếng.

CẢM NHẬN VỀ TÁC PHẨM
MỘT KHU VƯỜN THƠ NHẠC VIỆT NAM
của NHÀ THƠ VƯƠNG THANH

- Nữ Sĩ Nguyễn Thị Ngọc Dung

Đây là một tuyển tập thơ song ngữ của Nhà thơ dịch giả Vương Thanh. Mới mở bản thảo được gửi qua email tôi đã có cảm tình ngay với nền bìa sách rất hòa hợp màu tranh của Họa sĩ Thanh Trí. Trang sách được trình bày giản dị, chuyên nghiệp. Tôi cũng nhận thấy *Một Khu Vườn Thơ Nhạc Việt Nam (MKVTNVN)* là một tác phẩm đồ sộ, hơn 500 trang mà một nửa là Anh ngữ.

Tôi không đủ khả năng cảm xúc nhanh chóng Anh ngữ nhưng cũng cảm thấy những từ ngữ tiếng Anh rất lãng mạn, văn chương của Vương Thanh. Dịch gần 250 trang Anh ngữ thì phải công nhận khả năng Anh ngữ của tác giả đáng nể rồi.

Thực vậy, tôi cảm phục Nhà thơ Vương Thanh đã miệt mài chọn lựa những bài thơ, những lời nhạc nổi tiếng của Việt ngữ sang Anh ngữ. Vương Thanh viết rằng anh dịch những bài thơ, những lời nhạc đó là vì thích hay quen biết tác giả. Ngọc Dung tôi cũng được đọc những bài thơ, cũng được nghe và thích những bản nhạc Vương Thanh dịch nên *MKVTNVN* bị lôi cuốn đi sâu vào tác phẩm hấp dẫn này.

xvii

Many of the present-time poems that VuongThanh translated are those of well-known poets: Tuệ Nga, Nguyên Sa, Nhất Tuấn, Cao Tần, Cao Nguyên, Trần Trung Đạo, Song Nhị… Poems of famous poets who passed away like Vũ Hoàng Chương, Đinh Hùng, Hà Thượng Nhân, Mộng Tuyết… Pre-wartime poems of poets like Nguyễn Bính, TTKh. Thế Lữ,… Classic poems that every student has to study in high school like those of Hồ Xuân Hương, Bà Huyện Thanh Quan, Tản Đà, Nguyễn Khuyến, Nguyễn Công Trứ, Phan Bội Châu…

Being a poet and translator, VuongThanh cannot skip the Tale of Thuy Kiều, written by East Pavillion Grand Imperial Scholar Nguyễn Du (pg. 416) and translated 166 lines of the world-famous poem story that most of the readers, who are reading this book review, have already read and reread many times.

In love with Vietnam history, Vuong Thanh translated the long seven-page poems, "An Exhortation to Military Officers" by Prince General Trần Hưng Đạo. The translator knows Hán-Việt and translated the poem of Chief Imperial Counselor, Nguyễn Trãi, pg. 267.

In the book, Vuong Thanh had translated many beloved songs like those of Ngô Thụy Miên, Anh Bằng, Cung Tiến, Phạm Duy, Phạm Đình Chương, Hà Huyền Chi, Trần Thiện Thanh, Văn Phụng, Đoàn Chuẩn, Văn Cao… These selections fit the taste of many music lovers.

I'm not an expert on the English language, so I won't discuss VuongThanh's English poems. But just looking at the amount of English in the book, I will acknowledge that VuongThanh's determination to introduce Vietnamese music and poetry to the Western world, is very trustworthy and admirable.

Những bài thơ hiện đại được Vương Thanh dịch là của các nhà thơ
Tuệ Nga, Nguyên Sa, Nhất Tuấn, Cao Tần, Cao Nguyên, Trần Trung
Đạo, Song Nhị… Những áng thơ của các thi sĩ nổi danh đã khuất
bóng như Vũ Hoàng Chương, Đinh Hùng, Hà Thượng Nhân, Mộng
Tuyết… Những bài thơ tiền chiến của Nguyễn Bính, TTKH, Thế
Lữ… Những bài thơ cổ, học trò đã phải học từ bậc trung học như
của Hồ xuân Hương, Bà Huyện Thanh Quan, Tản Đà, Nguyễn
Khuyến, Nguyễn Công Trứ, Phan Bội Châu…

Đã là thi sĩ dịch giả, Vương Thanh cũng không thể bỏ qua truyện
Kiều của Đông Các Đại Học Sĩ Nguyễn Du (trang 416) và dịch 166
câu thơ trong pho thơ truyện Việt Nam và nổi tiếng trên thế giới mà
quý vị nào đang đọc những dòng chữ này đều biết, đều đã đọc đi đọc
lại, thưởng thức nhiều lần…

Yêu lịch sử Việt Nam, Vương Thanh đã dịch bài *Hịch Tướng Sĩ* dài
bảy trang của Quốc Quân Trần Hưng Đạo, trang 434; Tác giả biết
chữ Hán nên đã dịch bài thơ của Quốc Sư Nguyễn Trãi, trang 267…

Trong *MKVTNVN* Vương Thanh đã dịch lời những bản nhạc được
yêu thích như của Ngô Thụy Miên, Anh Bằng, Cung Tiến, Phạm Duy,
Phạm Đình Chương, Hà Huyền Chị, Trần Thiện Thanh, Văn Phụng,
Đoàn Chuẩn, Văn Cao… hợp với cái *taste* của giới yêu nhạc.

Tôi không thông thái Anh ngữ, không dám lạm bàn về thơ Anh Ngữ
của Vương Thanh. Nhưng nhìn số lượng Anh ngữ tràn đầy tác phẩm
MKVTNVN, phải công nhận rằng nhiệt huyết quyết tâm của Vương
Thanh muốn giới thiệu thơ Việt Nam ra ngoài thế giới, đủ đáng tin
cậy và ngưỡng phục .

Another admirable thing is Vuong Thanh's poetry skill. He not only has a lot of free-verse, but also poems of many different forms. Of course, in the book, "A Garden of Vietnamese Lyrics & Verse", Vuong Thanh has quite a few of his own Vietnamese poems translated to English, and vice versa.

Vuong Thanh's free-form verses has his own style of rhythm and rhyme, as in the Viet translation of the poem "Sometimes I Wish..."

"Để mến yêu và chia sẻ muôn vàn kỳ ảo của nhân gian,
Nổi Xưa, Nay những tâm hồn và ước lồng lộng không non ngàn.
Đôi khi Tôi Ước, page 5

His poem in the Seven-Word-Eight-Lines poetry form is elegant with a classic feel and follows that poetry form's rule.

...
Tôi vào sa mạc coi sao mọc
Chiều xuống thảo nguyên nhặt nắng phai
Uống giọt thủy tinh trên xứ tuyết
Theo vầng minh nguyệt nhập cung mây
... Mơ Với Chim Bằng, page 8

His "seven-word, long saga" poem style, as in the poem "Em Đến" (Whence She Comes) is very romantic and polished.

Em đến như trăng đẹp diệu huyền
Đường mây tha thướt dáng người tiên
Muôn vì tinh tú sâu lòng mắt
Hoa sóng lung linh gót bạch liên
Em Đến, page 13

Một ngưỡng phục đáng được nói tới nữa là thi tài của Vương Thanh. Nhà thơ không những có nhiều thơ mới, cũng có những thơ khác đủ các thể loại.

Lẽ dĩ nhiên trong tuyển tập *MKVTNVN* Vương Thanh cũng có nhiều bài thơ Việt ngữ của chính anh được dịch sang Anh ngữ và ngược lại.

Thơ mới cũng có vần có điệu của Vương Thanh:

> *Để mến yêu và chia sẻ muôn vàn kỳ ảo của nhân gian,*
> *Nối Xưa, Nay những tâm hồn và ước lồng lộng không non ngàn.*
> Đôi khi Tôi Ước, trang 5

Thơ 7 chữ 8 câu trong sáng và được trang trọng giữ niêm luật:

> …
> *Tôi vào sa mạc coi sao mọc*
> *Chiều xuống thảo nguyên nhặt nắng phai*
> *Uống giọt thủy tinh trên xứ tuyết*
> *Theo vầng minh nguyệt nhập cung mây*
> …
> Mơ Với Chim Bằng, trang 8

Thơ 7 chữ 4 câu cũng thật thơ mộng, trau truốt:

> *Em đến như trăng đẹp diệu huyền*
> *Đường mây tha thướt dáng người tiên*
> *Muôn vì tinh tú sâu lòng mắt*
> *Hoa sóng lung linh gót bạch liên*
> Em Đến, trang 13

VuongThanh also has unrestrained moments of feeling-high-with-wine, and invite the Moon Goddess (page 401):

> *"Please come down here , O Moon Fairy*
> *We will together sing and compose poetry"*

Haha. Great!!! A poet to the core.

The "seven-word, long saga" poem "Tình Tự Khúc" (A Song of Love), is a very romantic, , and worthy to be made into a song.

> *Như ánh sao đêm đẹp cuối trời*
> *Như giòng suối biếc nhẹ nhàng trôi*
> *Như vầng trăng ngọc soi thềm trúc*
> *Như đóa quỳnh hoa rực rỡ ngôi...*
>
> A Song of Love, page 410

Vuong Thanh also does not lack poems about his homeland, its history and heroes. The verses, full of feelings, affection, and contemplative thought about his homeland, arrest the attention of the reader. A typical example is the last poem in the book, "April Poem for My Homeland". When speaking of the words "April, Homeland", one's heart is already filled with pungent pain and bitterness. Vuong Thanh had taken the reader to famous landmarks, sceneries, cities, the long rivers, the vast seas, the spirit of the land and the people of the three regions: the North, the Central, and the South of Vietnam to reminisce about the motherland that we have to flee from in that April. The poet, proud of his country's heritage, its essences, its spirit, wrote a beautiful, patriotic poem for his homeland.

Nhà thơ trẻ Vương Thanh cũng có lúc ngất ngưởng say:, đã rủ
Nguyệt Hằng *(Trang 401)* :
Xuống đây, xướng họa đôi lời
Cùng nhau ngâm vịnh cho Trời đất ghen

Ha, ha. Hay!!! Chính hiệu thi nhân.

Bài thơ thất ngôn đẹp mượt mà, đúng là một Tình Tự Khúc lãng mạn,
xứng đáng được phổ nhạc.

> *Như ánh sao đêm đẹp cuối trời*
> *Như giòng suối biếc nhẹ nhàng trôi*
> *Như vầng trăng ngọc soi thềm trúc*
> *Như đóa quỳnh hoa rực rỡ ngôi...*
> Tình Tự Khúc được phổ nhạc, trang 412

Vương Thanh cũng không thiếu thơ tình yêu quê hương, lịch sử dân
tộc hào hùng về đất nước ta. Những dòng thơ mang tình cảm, suy
tư thâm thúy của tác giả lôi cuốn, cảm xúc người thưởng lãm. Điển
hình là bài thơ cuối cùng trong tuyển tập thơ nhạc song ngữ *Tháng Tư*
Cho Quê Hương, April Poem for My Homeland, trang 448. Nói tới cụm
từ Tháng Tư-April, Homeland-Quê hương đã cảm thấy trái tim nhức
nhối, ngậm ngùi rồi. Vương Thanh đã đưa người đọc tới những
danh lam thắng cảnh, những thành phố, những sông dài, biển rộng,
địa linh, nhân kiệt của ba miền Bắc Trung Nam để thương nhớ miền
đất mà chúng ta phải rũ áo ra đi. Thi nhân rất hãnh diện về quốc hồn,
quốc túy và tặng cho quê hương những lời thơ mỹ lệ, hào hùng, kể
ra không hết.

At the end of the book, Vuong Thanh does not forget to give a short, concise, and easy-to-understand treatise about the various popular Vietnamese poetry forms. This's very helpful to young people who want to learn the rules of Vietnamese poems and write them properly. It's also an introduction to the Western world about Vietnamese poetry with the intrinsic melodious Vietnamese language characteristics, which makes it very suitable for reading-singing a poem or song lyrics.

The whole volume, "A Vietnamese Garden of Lyrics & Verse, Volume 1" shows Vuong Thanh's love for his country, its poetry and literature. The author has done a commendable service to his homeland in helping to spread Vietnamese poetry and music to the Western world.

I hope that the poet and translator, Vuong Thanh, will continue his useful and noble work with additional books on Vietnamese lyrics and verse.

NGUYỄN THỊ NGỌC DUNG
August 22, 2019
English translation by VuongThanh

Ở cuối tuyển tập thi phẩm *MKVTNVN*, Tác giả Vương Thanh không quên giải thích ngắn gọn và dễ hiểu về các thể điệu thơ Việt Nam, rất hữu ích cho những người trẻ muốn làm có vần điệu, niêm luật trang trọng và giới thiệu với thế giới biết thơ Việt Nam đặc biệt có vần điệu được ngâm nga ca hát ra sao.

Toàn tập *Một Khu Vườn Thơ Nhạc Việt Nam* biểu hiện tinh thần yêu quê hương, văn thơ Việt Nam, tác giả có công giới thiệu với thế giới. Đồng thời cũng chứng tỏ tài năng Anh ngữ, một sinh ngữ phổ biến nhất hoàn cầu.

Mong Nhà thơ dịch giả Vương Thanh sẽ tiếp tục việc làm hữu ích cao quý này với những tuyển tập thi nhạc phẩm khác.

NGUYỄN THỊ NGỌC DUNG
08/22/2019

I had the pleasure of having Mr. Vĩnh Điện, a prolific musician with several dozens of music CD albums already published, read my manuscript and give me his thoughts. The musician wrote many songs (with his own lyrics or lyricized from poems), that span several themes: love, faith, zen, homeland, patriotism, etc. One of his highly praised song "O Lady of Peace", written in 1972, was the end part of a long song "The Singing of an Infatuated Lover", that was the main music theme of the movie "The Road for the Singing of an Infatuated Lover", made in Vietnam in 1972. Vĩnh Điện also write music for English lyrics, and his latest on this is the song "Seeking for Whom?". His music wealth is huge, with several hundred songs spanning different themes. Visit **www.vinhdien.net** to enjoy hundreds of wonderful songs in beautiful music videos.

Thoughts and Feelings on the Book
"A Garden of Vietnamese Lyrics & Verse"
of Vuong Thanh

- Vĩnh Điện

It's been three days since you sent me the bilingual digital manuscript for the book "A Garden of Vietnamese Lyrics & Verse". Till today, I can somewhat say that I have read it.

My first thoughts and feelings were that you have chosen to go on a difficult road. First of all, one has to be proficient in both languages, and secondly, a poet. Translation is difficult, and lyrics or verse translation is several times more difficult. Not to mention the time and effort put in to collect, read, understand, listen, and absorb the soul of the original compositions.

The garden that you are entering is vast and full of the beauty and fragrance of flowers. I wonder how long you will stay in there? Perhaps, your whole life. Even with an entire life, you can only explore a small corner of the garden of Vietnamese music and poetry.

Tôi hân hạnh được Nhạc Sĩ Vĩnh Điện, tác giả của vài chục đĩa nhạc, đọc bản thảo và cho cảm nhận. NS Vĩnh Điện sáng tác và phổ nhạc bao gồm nhiều chủ đề khác nhau: tình yêu, đạo, quê hương, v.v. Một nhạc phẩm rất nổi tiếng của Ông, "Hỡi Người Em Hòa Bình", sáng tác năm 72 là một chung khúc nổi tiếng trong trường ca "Tiếng Hát Người Tình Si" đã được đóng trong cuốn phim "Con Đường Cho Tiếng Hát Người Tình Si". NS Vĩnh Điện còn có tài phổ nhạc thơ tiếng Anh, và bài mới nhất là "Seeking for Whom?". Gia tài âm nhạc của NS rất là đồ sộ, với mấy trăm bản nhạc đủ thể loại. Mời quý vị vào trang nhà **www.vinhdien.net** để thưởng thức, xem và nghe nhiều ca khúc được trình bày qua music videos rất đẹp.

Cảm Nhận Về Tuyển Tập
Một Khu Vườn Thơ Nhạc Việt Nam
của Vương Thanh

- Nhạc Sĩ Vĩnh Điện

Nhận được Link sách "Một Khu Vườn Thơ Nhạc Việt Nam" (Song ngữ Anh Việt) mà anh chuyển qua ba ngày trước, đến hôm nay mới tạm gọi là đã đọc...

Cảm nhận đầu tiên của tôi là anh đã chọn đi con đường rất khó. Bởi vì trước hết phải là một người thông thạo hai ngôn ngữ và sau đó là một nhà thơ. Chuyển ngữ đã khó, mà dịch thơ và lời nhạc, khó gấp mấy lần. Không kể phải bỏ thời gian và công sức sưu tầm, tìm hiểu, đọc, nghe và thấm các tác phẩm...

Khu vườn mà anh đang bước vào mênh mông hương sắc. Tự hỏi anh ở lại trong đó được bao lâu? Có lẽ suốt cả cuộc được nầy đó anh. Dành
suốt cả đời, chắc anh chỉ khám phá được một góc nhỏ của khu vườn Thơ Nhạc Việt Nam.

I say that to express that your dreams and wishes are big. The dream of making Vietnamese poetry and music better known to the world. The wish of giving generations of young Vietnamese who were born overseas, "a piece of the sky", however small, to have a chance to return to their homeland roots. These endeavors are very admirable and you have our thanks, the thanks from those who still think a lot about Vietnam and our cultural heritage…

Even though my English is somewhat limited, I have read and compared both the Vietnamese originals and the English translations of the poems and lyrics (especially the songs that I wrote, music and/or lyrics in this book). I see that no matter how literary, how abstract the original was, you still were able to impart its soul into the translation. The effort and your heart-soul that you put into the work is not simple or easy at all. But surely, it must have been delightful for you. Thus, the first volume is already over 500 pages.

I read and found that you promise the authors who are not in this first volume of "AGoVL&V", the possibility of being in future volumes. I wish you lot of health to put your heart and mind into your exploration of the vast garden of Vietnamese music and poetry...

Vĩnh Điện
9/4/2019, www.vinhdien.net

Nói như vậy để biết cái tâm ý của anh dành cho công việc nầy nó cao, rộng ra sao. Cái lý tưởng phổ biến thơ và nhạc VN ra bên ngoài thế giới. Cái mong muốn cho thế hệ trẻ VN có một khoảng trời, dù nhỏ bé để có cơ hội tìm về cội nguồn. Những điều đó rất được đáng khâm phục và biết ơn của tất cả chúng ta, những người Việt Nam có lòng...

Dù khả năng Anh ngữ có hạn, tôi cũng đã đọc, dò và so sánh cả lời Việt và lời Anh (nhất là những bản nhạc của tôi, viết cả lời hoặc phổ thơ, mà anh đã ưu ái chuyển ngữ được đăng trong tập sách nầy). Tôi nhận thấy dù lời thơ, nhạc có bóng bẩy, có trừu tượng thế nào anh cũng đã nắm bắt được cái hồn của nó... Công sức và cả tâm hồn anh đã dành cho công việc anh chọn, không đơn giản và dễ dàng chút nào. Nhưng chắc chắn đã làm anh thú vị ra sao. Có vậy mới viết quyển đầu đã trên 500 trang.

Đọc thấy anh hẹn các tác giả chưa có tác phẩm trong tập đầu nầy, vào các tập tiếp theo... Vậy xin chúc anh nhiều sức khỏe để toàn tâm toàn ý miệt mài khám phá khu vườn đầy hương sắc mênh mông...

Vĩnh Điện
9/4/2019, www.vinhdien.net

It had been a couple of years since I first met Ms. Đặng Lệ Khánh online. She's the owner and editor-in-chief of the popular website art2all.net. **Art2all.net** is a prestigious Vietnamese literature and arts website, that provides "beautiful online homes" for over 150 members who are poets, songwriters, artists (painters, photographers, calligraphers, etc.) and essayists, at the time of this writing.

The website's available to all for viewing, but only selected authors can become members. It's updated with new compositions about every two weeks to a month. The selections are artistically presented with appropriate and beautiful artwork on the authors' homepages. It was a great pleasure for me to show her my manuscript and ask for her thoughts.

A Dream Being Achieved
- Đặng Lệ Khánh

VuongThanh came to my website, art2all.net, not by chance but by a reason that's really cute: the young poet loves the camellia flower, and had read the article on the website about this flower, illustrated with a beautiful artistic photo, by photographer Ngọc Danh. He didn't hesitate to ask me about using the photo of the gentle, purity-white flower as a background for the "eight-line-seven-word" poem that he just wrote.

Cũng vài năm rồi từ khi tôi gặp gỡ Nữ Sĩ Đặng Lệ Khánh trên mạng. Nữ Sĩ là trang chủ và chủ nhiệm của trang mạng art2all.net. **Art2all.net** là một trang mạng uy tín về văn chương và nghệ thuật Việt-Nam, và là "nhà trên mạng" của hơn 150 thành viên bao gồm thi sĩ, nhạc sĩ, họa sĩ và văn sĩ.

Trang mạng art2all.net ai cũng có thể vào xem, nhưng làm thành viên thì phải do trang chủ mời vào. Những bài vở gửi đăng thì được đưa lên trong vòng hai tuần tới 1 tháng. Bài vở được trình bày trên trang nhà của mỗi tác giả rất đẹp, thường có hình ảnh do Nữ Sĩ chọn lựa và trình bày. Tôi rất hân hạnh được mời Nữ Sĩ xem bản thảo và cho vài lời.

Giấc Mộng Vừa Tròn
-Nữ Sĩ Đặng Lệ Khánh

Vương Thanh đến với trang web art2all.net của tôi không phải vì tình cờ mà vì một lý do thật là dễ thương : chàng thi sĩ trẻ tuổi yêu hoa trà mi , đã bắt gặp được tấm ảnh nghệ thuật và bài viết về hoa trà mi của nhiếp ảnh gia Ngọc Danh trên trang mạng này, và đã không ngại ngần liên lạc với tôi để xin dùng tấm ảnh hoa trà mi trắng ngần, dịu dàng, thanh khiết làm nền cho bài thơ đường luật vừa sáng tác !!

Camellia (translated from "Hoa Trà Mi")
Layers and layers of white silk, beautifully soft and gentle
Following the stream of memories to the Separated Love river
Jade-sparkling from its core, shining like ice and snow
Its mild fragrance spread over the forests and mountains
Feeling touched by the flower's beauty and charm
Affectionate reminiscences for the heroines of Vietnam
Together with spring blossom, it's not afraid of winter frost
But blooms a lovely fragrant smile that enchants the world!...

vương thanh - Sept. 1, 2019

Really, I haven't met any young poet with that kind of romantic sensitivity. Living in America with all the hustle-and-bustle of modern life, with materialistic attractions everywhere, but Vuong Thanh just wishes to be with the mythical "Bằng" bird, flying in the vast sky, looking up to gaze at the night stars, looking down to watch the rolling waves, basking in the warm sunshine, soaking up the streams of moonlight... just like a poet of the olden days.

> *Dream flying with Bằng, a giant mythical bird*
> *Just within a day, soar across the world*
> *Around sunset, drop by the grassland,*
> *and pick fading strands of sunshine.*
> *Enter the desert at night*
> *to watch stars rising in the sky*

I have written a lot of poems on various themes, many of them praise love: love between man and woman, between mother and child, ...; and other poems with tears, or laughter, or bitterness, or regrets, just

HOA TRÀ MI

Lớp lớp bạch nhung đẹp dịu dàng
Theo dòng hoài niệm đến tương giang
Long lanh ngọc chất ngời băng tuyết
Thanh thoát trà hương tỏa núi ngàn
Cảm nét nga my trang tuyệt sắc
Thương giòng nữ hiệp đất Văn Lang
Cùng Mai, nào ngại trời đông giá
Vẫn nở nụ cười say thế gian !...

vương thanh - 22.07.2017

Quả thật tôi chưa từng gặp một người trẻ tuổi nào lại mẫn cảm đến vậy. Sống trên đất Mỹ rộn ràng xe cộ, với những quyến rũ vật chất nhan nhản khắp nơi, vậy mà Vương Thanh chỉ ước cùng cánh chim bằng lượn bay trên vùng trời cao rộng, ngẩng đầu ngắm sao đêm, cúi xuống nhìn sóng vỗ, phơi mình trong nắng sáng, đắm trong ánh trăng trong ... cứ như một lão thi sĩ của nghìn năm trước .

> *Mơ với chim bằng tung cánh bay*
> *Dọc ngang trời đất một vòng xoay*
> *Tối vào sa mạc coi sao mọc*
> *Chiều xuống thảo nguyên nhặt nắng phai*

Trong dòng thơ của tôi có rất nhiều bài ca tụng tình : tình yêu, tình mẹ, tình con ... khóc có, cười có, ngậm ngùi có, than thở cũng có , giống như rất nhiều những bài thơ của hàng ngàn người khác, Vương Thanh chỉ kết với hai bài thơ, một chập chờn những ảnh hình lịch sử và một lung linh bóng dáng Nàng Thơ : Nhìn cung tên nhớ Mỵ Châu và Em từ Lục Bát bước ra .

like the poems of many other poets. Vuong Thanh just picks two poems for translations: "Thinking of Mỵ Châu While Looking at Bow and Arrow", and "From the 6-8 Verses, She Steps Out". One poem glimmers with the images of historical legends, and the other, sparkles with the silhouette of the poet's dream fairy: the Poetry Lady (similar to the Greek Muses).

Just from these selections of VuongThanh, a lot is told about this young poet: he loves poetry and he reminisces about the olden days. Poetry and the olden days are mixed togther, drawn together, painted together, to create the many shades of colors that are at times romantic, at times nostalgic with regrets, at times heroic, at times full of pride.

He's proud of his Vietnamese heritage, of his homeland, of the glorious history pages of his Vietnamese ancestors, and the beautiful compositions of Vietnamese artists, musicians, and poets. For several years, he has a dream to share these compositions with like-minded people who doesn't speak Vietnamese. And today, this dream has become a reality. You are holding in your hand VuongThanh's dream: **A Garden of Vietnamese Lyrics & Verse**

In the preface, VuongThanh wrote, "A poem or song is not unlike a flower, wherever it blooms."

Yes, art is not different from a flower, beautiful and fragrant. I hope that with VuongThanh's fervor, the flower will, with the Bằng bird, fly high, fly wide, and spread its fragrance to every corner of the world.

- Đặng Lệ Khánh

English translation by VuongThanh

Chỉ chừng đó những lựa chọn của Vương Thanh đã nói lên hết tâm hồn của chàng thi sĩ trẻ tuổi này : chàng mê thơ và chàng hoài vọng về quá khứ . Thơ và Thời Đã Qua trộn lẫn vào nhau, đan kết nhau, nâng đỡ nhau, vẽ cho nhau, viết lên nhau những sắc màu có khi thơ mộng, có khi tiếc nuối, có khi hào hùng, có khi đầy hãnh diện .

Chàng hãnh diện về giống nòi mình, về quê hương mình, về những trang sử đẹp ngời của tiền nhân Việt của mình, và về những sáng tác diễm lệ qua thơ, nhạc, hội họa của các thi nhân, nhạc sĩ, họa sĩ mang dòng Việt . Chàng ôm mộng sẻ chia những sáng tác ấy đến những người đồng điệu không nói cùng ngôn ngữ Việt trong nhiều năm trời. Và nay, giấc mộng ấy vừa trở thành hiện thực. Bạn đang nâng trên tay giấc mộng ấy của Vương Thanh đó thôi :
A Garden of Vietnamese Lyrics and Verses

Trong lời tựa, Vương Thanh viết : A poem or song is not unlike a flower, wherever it blooms.

Vâng, nghệ thuật nào khác gì một đóa hoa đầy hương sắc . Mong rằng với lòng nhiệt thành của Vương Thanh, đóa hoa kia sẽ cùng cánh chim bằng, bay cao, bay xa, tỏa hương khắp tận cùng trái đất.

Đặng Lệ Khánh - 9/1/2019

When I was growing up in America, my favorite songs are those of Ngô Thụy Miên and Trần Thiện Thanh. Ngô Thụy Miên's music is simply beautiful, romantic, stylish, with heart-touching lyrics. His love songs have been sung by countless singers, and loved by hundreds of thousands of people since the late 60s. It's quite a delight for me to introduce myself and my work to this admirable musician who leads a quiet life, and get his thoughts on my work.

Dear Vuong Thanh,

Thanks VT a lot for sending me this bilingual book on Vietnamese music and poetry, and within it, there's two songs that I wrote. Also, thanks VT for putting in the time and effort to undertake the work of spreading the beauty of Vietnamese music and poetry to the world. Wish VT health and success in your very meaningful contributions to our oversea cultural community.

Affectionate regards,
Ngô Thụy Miên
English translation by VuongThanh

Mến gửi anh Vương Thanh,

Rất cám ơn VT đã gửi tập thơ nhạc song ngữ, trong đó có 2 bản nhạc của tôi. Cũng cám ơn VT đã bỏ công sức để thực hiện và phổ biến cái đẹp của thơ nhạc Việt ra thế giới. Chúc VT sức khỏe và thành công trong những đóng góp nhiều ý nghĩa vào sinh hoạt văn nghệ của chúng ta ở hải ngoại.

Thân quý,
Ngô Thụy Miên

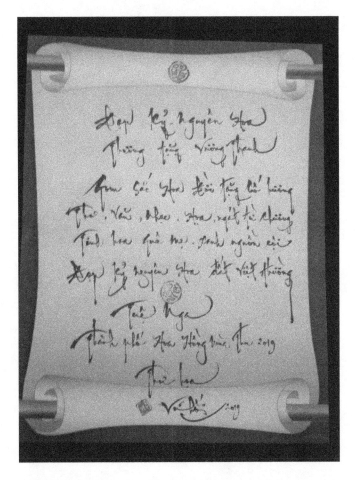

Beautiful Millennium with Viet Flowers of Lyrics & Verse
For my son, Vuong Thanh

Gather Life's flowers in a lyrics and verse garden
Poetry, Literature, Music, and Painting Arts comprise its fragrances
A present to the motherland with its main essences
to help keep ties to native roots fresh and green
A beautiful millennium with the beauty
of flowers of Vietnamese music and poetry.

Table of Contents

"Seeking for whom under the misty moonlight
Seeking Fragrance in the Wind; Seeking Spirit in Flower"

Verse Calligraphy by Artist Văn Tấn Phước

Calligraphy by Artist Văn Tấn Phước

A Message about Poetry

Quote from Essay: Thông Điệp Về Thơ, published: 2000
Author: Hà Thượng Nhân
Translated by VuongThanh

To speak of poetry is to speak of beauty.

Flower is not food and clothing.

Beauty is not food and clothing.

But if on this earth,

there is no flower, no beauty,

but only food and clothing,

would Life still has anything that we desire!

Nói đến đẹp là nói đến thơ.

Hoa không là cơm áo.

Vẻ đẹp không phải là cơm áo.

Nhưng nếu trên quả đất này không có hoa,

không có vẻ đẹp

mà chỉ có cơm áo

thì cuộc sống còn có gì

để cho ta khao khát nữa hay không!

Sometimes I Wish...

Vietnamese Translation: Đôi Khi Tôi Ước
Author: VươngThanh

Sometimes I wish

I were a part of the turning wheel

of Infinite Space and Time,

to cherish and spread

the ten thousand wonders of the mortal lands.

Connecting the Past and Present,

the hearts and dreams that soar above the mountains...

Amidst the Milky Way, clouds of twinkling stars,

millenniums of light-year travel from afar,

are those celestial orbs still there today,

or just a shadow

of a dream

long passed away...

Sometimes I wish

I were the Wind to wander across the world

Today: frolicking in the bustling harbor

Tomorrow: from a secluded haven,

floating on nature music in lovers' autumn,

envisioning a pair of hazel eyes

reflecting pools of liquid moonlight...

(phỏng dịch qua tiếng Việt từ nguyên tác tiếng Anh)

Đôi khi tôi ước
tôi là một phần tử của bánh xe luân chuyển
dòng Thời Không vô tận
để mến yêu và chia sẻ muôn vàn kỳ ảo của nhân gian.
Nối Xưa, Nay những tâm hồn và ước mơ lồng lộng non ngàn...

Giữa Thiên Hà, những đám mây tinh tú lấp lánh
Bao ngàn năm ánh sáng xa xôi
Có thực còn hiện hữu hay không
Hay chỉ là bóng mờ
một giấc mơ
trong quá khứ?

Đôi khi tôi ước
tôi là cánh Gió lang thang bốn phương trời
Hôm nay - rong chơi trên bến tàu nhộn nhịp
Ngày mai - lại từ một nơi ẩn náu lặng yên
nhẹ nhàng trôi trên dòng suối nhạc thiên nhiên
trong hương mùa thu ngọt ngào tình ái
Tôi như thấy một đôi mắt xanh xanh màu ngọc bích
lung linh ngời sáng muôn giọt tơ trăng...

See over there the lines of pine trees on the hilltops,

stretching upward proudly toward the sun,

embracing light, wind and dewdrops,

waving their arms toward the far horizon...

Miles out in the Western Sea,

dolphins dancing in boisterous glee.

Rippling waters and ocean tides,

forever singing The Song of Death and Life!...

Sometimes I wish

I were an enchanted river of poetic dreams

To empathize with thousands of spiritual kins:

Moments of deep sorrow and sparkling mirth,

laughter, hope, despair, and soul rebirth.

Images of warriors sharpening swords under the moonlight

Their spirits still echo in nature with their might.

And from the women chambers,

silent tears calling out to their husband soldiers...

The loneliness so heavy, like a tangible fog,

wrapping in dark gloom the fragile human heart.

O God! Why's Fate chosen so often blind

to sever Love from Love

on the long journey of Life...

Kìa! Hãy nhìn xem những dãy thông trên ngọn đồi cao
Vươn mình lên tới ánh mặt trời
Đón chào ánh sáng, gió, và sương mai lóng lánh
Vẫy tay chào tới những chân trời xa thẳm
Ngàn dặm xa, nơi biển rộng miền tây bắc
Đoàn cá heo bơi lội, vui chơi
Hồn ta như lạc giữa trùng khơi
Nghe biển hát "Khúc Sinh Diệt Ca" bất tận...

Đôi khi tôi ước
Tôi là một con sông huyền diệu
Chứa muôn vàn mộng ước của thi nhân
Nghe lòng cảm thông cùng bao tâm hồn đồng điệu
Những lúc hận sầu, cùng những khi vui sướng
Những tiếng cười rộn rã, niềm hy vọng, và sự hồi sinh
Những hình ảnh bao tráng sĩ mài gươm dưới nguyệt
Linh hồn họ còn vọng vang bầu nhiệt huyết
Và từ những khuê phòng thiếu phụ
Những giọt nước mắt thầm lặng
Gửi đến người chồng đang chinh chiến phương xa
Nỗi cô đơn nặng nề như sương mù dày đặc
Bao bọc con tim trong bóng tối xót xa
Thượng Đế Hỡi!
Sao vận mệnh con người thường như mù quáng
Sao lại tách rời những kẻ yêu nhau
Trong cuộc đời đã chất chứa lắm u sầu...

Dream Flying with the Bằng Bird
Original Poem: Mơ Với Chim Bằng
Author: VuongThanh

Dream flying with Bằng, a giant mythical bird

Just within a day, soar across the world

Around sunset, drop by the grassland,

and pick fading strands of sunshine.

Enter the desert at night

to watch stars rising in the sky

Drink crystal droplets from the land of snow

Follow the Moon Goddess to her misty abode

While returning home across the sea, reminisce over cherished
        memories

The Past and Present ever rolling... like waves in the sea...

Mơ với chim bằng tung cánh bay

Dọc ngang trời đất một vòng xoay

Tối vào sa mạc coi sao mọc

Chiều xuống thảo nguyên nhặt nắng phai

Uống giọt thủy tinh trên xứ tuyết

Theo vầng minh nguyệt nhập cung mây

Về qua thương hải, ôn hoài niệm

Sóng biển dạt dào... Xưa với Nay...

Bích-Sơn's Painting of the Poem "Mơ Với Chim Bằng"

Biển nào vời vợi mắt huyền
Thu ba dợn sóng con thuyền nghiêng chao… (VT)

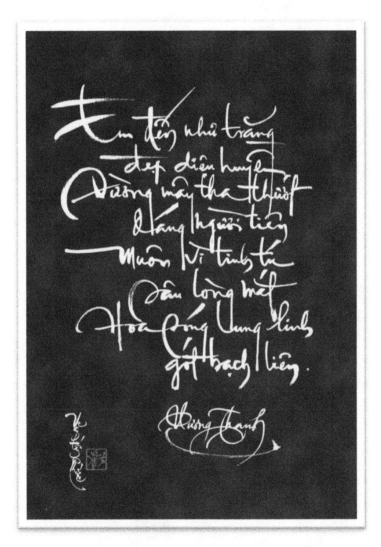

from the poem "Whence She Comes (Em Đến)"
Verse Calligraphy by Artist Văn Tấn Phước

Whence She Comes

Original Poem: Em Đến
Author: VuongThanh

Like the ethereal moonlight, she comes ever so softly

Amidst smoke and mist, appears an enchanting beauty

Gazing deep into her eyes, I see a sky of twinkling stars

Her lotus feet, dancing in the sea foam, sparkle from afar

Like a cloud from the mount'n forests, she silently arrives

Bringing with her ancient legends since the world's first lights

The Star River, the Jade Sea where she'd appeared

Her delicate fragrance still lingers in the atmosphere

She comes with an enchanted brook of music and poetry

Singing exotic verses as fingers dance on the harp a Grecian melody

From whence sweet voice waves resound in my subconscious

To lead my soul into a Dream World of Beauty and Love

Since her arrival, divine fragrance abounds in Nature

A friendship, affectionate and close, like music and verse

The Dream Boat's been bearer of dreams since Time's beginning

In a sea of clouds, the poet's moon gently drifting...

Em đến như trăng, đẹp diệu huyền

Đường mây tha thướt dáng người tiên

Muôn vì tinh tú sâu lòng mắt

Hoa sóng lung linh gót bạch liên

Em đến như mây tự núi ngàn

Mang theo huyền thoại thuở hồng hoang

Thiên Hà, Bích Hải nơi Em tới

Dư hương còn đọng giữa không gian ...

Em đến với dòng suối nhạc thơ

Cao sơn lưu thuỷ tự bao giờ

Âm ba nào vọng nơi tiềm thức

Đưa mộng hồn ta đến Cõi Mơ

Em đến tỏa Hương một khoảng trời

Ngọt ngào thanh khí chốn ngàn khơi

Thuyền mơ hoài mộng từ muôn thuở

Vời vợi biển mây, trăng nhẹ trôi ...

Seeking for Whom?

Music: Vĩnh Điện, Poem: VuongThanh
Original Poem: Tìm Ai

SEEKING FOR WHOM?

Poem : *Vuong Thanh*
Music : *Vinh Dien*

Lento Espressivo

Seeking for whom in this life. Seeking for whom in the exhala-

tion of a deep long sigh... Seeking for whom amidst the far

sea. Seeking for whom since the earth was still primitive. Seeking for

whom in this misty realm. Seeking for whom... since the moon just turned fifteen.

Seeking for whom a cross thousands of years through the turbu-

lent mulberry - field - becomming - sea events. Seeking for

whom in a dream.   Seeking for whom in the thousands   of   stars   twinkling at

night.   Seeking for whom under the misty moonlight.   Seeking Fragrance in the

Wind;   seeking Spirit   in Flower.   Seeking for whom in the vast   uni -

verse.   Seeking for whom since   millenniums   a go...   and still see -

king.   Seeking for whom. O Who. Where are thee?   Are thou still brushing your

hair,   by the window   sill,   on some upper   story.   Or are thou slee -

ping   a long sad dream   that stretches   an   eternity?

Seeking for whom under the misty moonlight
Seeking Fragrance in the Wind,
seeking Spirit in Flower.
Seeking for whom in the vast universe
Seeking for whom since millenniums ago...

Tìm ai trong cuộc đời này

Tìm ai trong tiếng thở dài nhẹ rơi ...

Tìm ai giữa chốn ngàn khơi

Tìm ai từ thuở đất trời hoang sơ ...

Tìm ai trong cõi mịt mờ

Tìm ai ... từ thuở nguyệt vừa mười lăm

Tìm ai dâu biển ngàn năm

Dòng đời muôn lối biết tìm phương nao ...

Tìm ai trong giấc chiêm bao

Tìm ai trong vạn ánh sao đêm trường

Tìm ai, dưới bóng trăng sương

Tìm Hương trong Gió, tìm Hồn trong Hoa ...

Tìm ai trời đất bao la

Tìm ai bao vạn năm qua vẫn tìm ...

Tìm ai, ai hỡi, ở đâu ?

Người đang chải tóc bên lầu

Hay còn say giấc miên sầu ngàn thu ?...

Heart Friend
Original Poem: Tri Tâm
Author: VuongThanh

The sea contains memories of Life's beginnings

Lonely footsteps imprinted on the silent sand

Night sea waves reverberate an ever-changing nostalgic melody

On the mountaintop, the tilted moon lies waiting for whom

A jug of wine amidst the far end of the world

A heart friend, whence to seek, since eons ago

In the heart of this vast, misty universe

Whence was my previous self, that was like a dream

The roads in Life have many mulberry-fields-becoming-sea changing
      events

Old dreams have now faded with the passage of Time

Tilting a jug of wine in the middle of the night,

Across the stream of the Subconscious,

I travel back to the olden days

I dream drinking with Li Bai

Three hundred cups of wine not enough for this festive night.

The Hoang River flows to the sea and never return

Hair like silk in the morn, silver in the night

The thousand-year melancholy, the classic verse

Beauties and poet scholars, ephemeral... like clouds' shadows...

Biển mang hoài niệm sơ khai
Cát vàng lặng lẽ in dài bước chân
Sóng đêm vọng khúc nhạc trầm
Đầu non, bóng nguyệt nghiêng nằm đợi ai

Rượu nồng giữa chốn thiên nhai
Tri tâm ai đó, những ai xưa giờ
Trong lòng vũ trụ mịt mờ
Tiền thân hư ảo mơ hồ là đâu …

Đường trần bao cuộc bể dâu
Mộng xưa chừ đã nhạt mầu thời gian
Nghiêng hồ tửu giữa canh tàn
Ngược dòng tiềm thức về ngàn năm xưa
Mơ cùng họ Lý say sưa
Ba trăm chén rượu chưa vừa cuộc vui

Sông Hoàng ra biển chẳng hồi
Tơ xanh buổi sớm, tối thời tuyết sương
Sầu vạn cổ, áng từ chương
Giai nhân, danh sĩ, vô thường bóng mây

A thousand cups of verse and wine not enough to get high
Let's leave the sadness of Life all behind
On whose house, the bright moon shines from afar tonight
O "The Twelfth of June", when love tears of rain falling...
O the poet of love and wine, please don't be sorrowful
Here're cups of verse and wine, let's drink them up

A heart friend, whence to meet by chance
In the ever-changing flow of Infinite Space and Time...

Rượu thơ ngàn chén không say
Bỏ sau lưng nỗi u hoài nhân sinh
Nhà ai trăng sáng lung linh
"Mười hai tháng sáu" lệ tình mưa rơi
Chàng Say xin chớ ngậm ngùi
Nơi đây thơ rượu mời Người cạn chung

Tri tâm hà xứ tương phùng
Trong dòng biến hóa vô cùng Thời Không ...

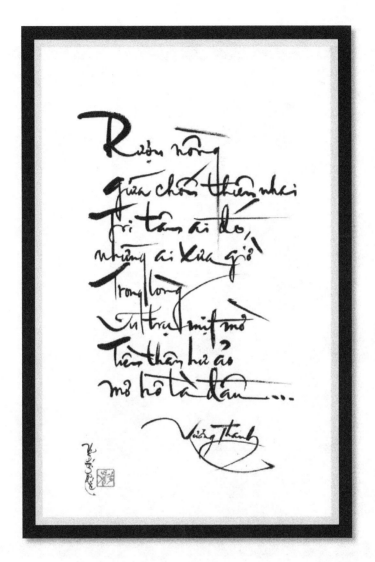

"A jug of wine amidst the far end of the world
A heart friend, whence to seek, since eons ago…"

Verse Calligraphy by Artist Văn Tấn Phước

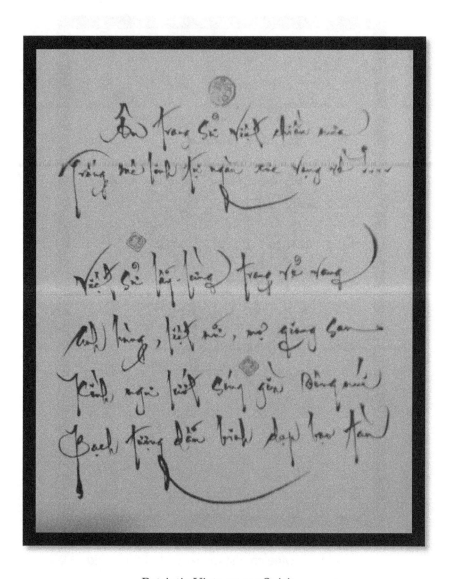

Patriotic Vietnamese Spirit
Author: VuongThanh

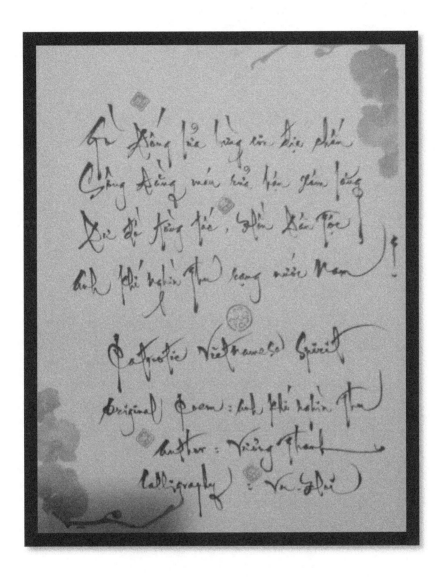

Anh Khí Nghìn Thu
Calligraphy: Vũ Hối

Patriotic Vietnamese Spirit

Original Poem: Anh Khí Nghìn Thu
Author: VuongThanh

While rereading pages of Viet history one rainy evening,

the sounds of drums in Mê Linh,

from thousands of years ago,

calling for a United People,

reverberate in my mind.

Viet history contains many pages of glory

Heroes paid their debts to the country

Braving the wilderness, the Trieu Lady fought to protect the
        mountains and rivers

Riding white elephants, the Trung Sisters chased away the aggressors

At Đống Đa, "lightning-fire-and-earthquake" forces frightened the
        enemies

In Bạch Đằng, blood reddened the river to pay for the crimes of the
        invasions

Each meter of land was defended by our self-sacrificing ancestors

May The Patrotic Vietnamese Spirit help protect our country forever.

Ôn trang sử Việt chiều mưa
Trống Mê Linh tự ngàn xưa vọng về !...

Việt sử lẫy lừng trang vẻ vang
Anh hùng, liệt nữ, nợ giang san
Kình ngư lướt sóng gìn sông núi
Bạch tượng dẫn binh dẹp bạo tàn
Gò Đống lửa bùng cơn địa chấn
Sông Đằng máu rửa hận xâm lăng
Dư đồ từng tấc, Hồn Dân Tộc
Anh Khí Nghìn Thu Rạng Nước Nam !...

Invitation to Friends

Original Poem: Mời Bằng Hữu, published: 2000
Author: Hà Thượng Nhân
Translated by VuongThanh

Those two thousand years were like a lightning flash

Two thousand years ago, Christ was born

Christ endured being nailed on the cross

Pouring his blood to save mankind

Pouring his blood to pay for the world's sins

Still, Sin spreads everywhere

So many sea swept life-changing events, so much unhappiness

The teachings of Love still carry on in fatigued breath

The worries and concerns are still there

Still the rainy nights, the windy days

Still the bright sunshine, still death and life

Still young like the moon just rising

Still old, still sick, still desolate

Still the big question no one has an answer for

From where, have I arrived here like a wild blade of grass?

A rush of wind blew the stars wildly about

Peace arises from the ceasing of soldiers' fires

Where does the firing end? Where does it arise?

It arises from the human heart full of bitter hatred

It arises from the graves filled with withered grass

Time will erase all burnings and destructions

Starting afresh as in a new beginning

Hai ngàn năm đó như tia chớp

Hai ngàn năm trước Chúa ra đời

Chúa đổ máu mình để cứu người

Chúa đổ máu mình mong chuộc tội!

Tội vẫn lan tràn khắp mọi nơi

Bao nhiêu dâu bể, bao đau khổ

Lời giảng tình yêu vẫn khản hơi

Những nỗi băn khoăn còn vẫn đó

Vẫn đêm mưa lạnh ngày sương gió

Vẫn nắng chan chan, vẫn tử sinh

Vẫn trẻ như trăng vừa mới mọc

Vẫn già vẫn bệnh, vẫn điêu linh

Vẫn câu hỏi lớn chưa ai giải

Ta tự đâu về như cỏ dại

Một cơn gió thổi loạn tinh cầu

Hòa bình mọc giữa cơn binh lửa

Binh lửa tàn đâu mọc ở đâu?

Mọc giữa lòng người đầy oán hận

Mọc trên nấm mộ cỏ xanh sầu?

Thời gian xóa hết thiêu tàn rụi

Khởi sự coi như mới bắt đầu

In the new millennium, how much more is there?
Are there still any Tu Fu poets?
Are there still any occasions for all-out drink celebrations?
Lying asleep in the marketplace, forgetting the months and days
How many thousand, how many million years already
Literary heritage not enough for a game of Life.

Who sits meditating under the raining and windy sky
To find the voidness within things of substance
Knowing for the purpose of forgetting
Remembering for the intention of forgetting
This self of mine is meaningless, and was without a name
Standing on Lô mountain, not knowing mountain
Standing in the midst of Life, not knowing otherliness
Just see that yesterday and today is different
Not different than when wishing for a minute of delight

What minute of delight is better than the meeting of friends
Gazing into deep sea blue eyes with fond feelings
Just this very instant's truly real
Looking at the moon, suddenly awakened from a long dream
To find that a poet's life is a life of euphoric highs
High from the rays of sunshine on the willow tree
From the sounds of birds singing in the morning
From the dewdrops glistening on the purple Jacaranda flowers
From the letter with ink not yet dried

Thiên niên kỷ mới bao nhiêu nữa
Đời có còn chăng những Đỗ Phủ?
Đời có còn chăng những cuộc say?
Ngủ vùi giữa chợ quên tháng ngày
Mấy ngàn, mấy triệu năm rồi nhỉ
Sách vở chưa vừa một cuộc chơi

Ai ngồi thiền giữa trời mưa gió
Để tìm cái Không trong cái Có
Biết để mà quên, nhớ để quên
Cái ta vô nghĩa vốn không tên
Đứng giữa Lô Sơn không biết núi
Đứng giữa cuộc đời không biết người
Chỉ thấy hôm qua, hôm nay khác
Chẳng khác khi cầu một phút vui

Có phút vui nào hơn họp bạn
Nhìn ai mắt biếc nhớ thương ai
Chỉ phút giây này là có thực
Bài thơ người trước gửi người nay

Nhìn trăng sực tỉnh cơn trường mộng
Mới thấy người thơ một kiếp say
Say từ tia nắng trên hàng liễu
Từ tiếng chim ca buổi sáng mai
Từ giọt sương cài hoa phượng tím
Từ tờ thư viết mực chưa phai

Cao Cao, illustrious in the history pages that have closed
Still fortunate to have left to posterity the poem "Short Song Style"

The millennium, is it new or old?
Is the road near or is it still far?

Let's tap on the wine glass like that fellow:
That the moon and the wind of only mine
The cool wind on the river never stop blowing
The moon on the mountaintop radiates its light wide and far
Everything is but transitory illusion
The true nature lies within oneself
Try reflecting the true nature into a wine cup
Welcome poet of times past, Su Shi
Welcome Li Bai. Welcome Friends
White clouds float by,
providing shade for the gathering of friends...

Tào Tháo lẫy lừng trang sử khép
Còn may lưu khúc Đoản Hành Ca

Thiên niên kỷ mới hay là cũ?
Đường có gần hay đường vẫn xa?

Hãy gõ vào ly như kẻ ấy:
Rằng trăng, rằng gió của riêng ta
Gió mát trên sông chưa lúc cạn
Trăng treo đầu núi sáng bao la
Tất cả chẳng qua là giả tạm
Cái thực nằm trong cái chính ta
Cái thực thử soi vào đáy chén
Xin mời người cũ Tô Đông Pha
Xin mời Lý Bạch mời bằng hữu
Mây trắng bay xanh rợp mái nhà.

Trăng Thiền dịu sáng lòng ai
Thi hương vời vợi biển trời yêu thương... (VT)

Mother Holding Child by the Sea
Painting by Artist Thanh Trí

Mother Heart

Original Song: Lòng Mẹ, published: 1952
Author: Y Vân
Translated by VuongThanh

Mother Heart's vast... like the Pacific ocean...
Mother's Love is everflowing Devoted Affection
Like a brook of loving sweetness...
And her lullaby: warm and gentle,
like a murmuring breeze
across the rice meadows...

Mother Heart for her children
is like the full autumn moon
Mother's Love for her children
is gently playful,
like a spring breeze on the lake water.
Her lullaby singing,
like the colorful kites
in a serene country sky.
Rain or shine,
day or night,
sharing in the joy of her children singing...

Many long nights, Mother stays up
With loving tender care
till her sick child fall asleep
She feels so happy
when seeing him in tranquil sleep

Mother's Love endures the months and years
The hardships of life, its ups-and-downs,
she will shoulder them all and take care of her children
till they are fully grown.

Mother's Love leads the moon to attentively listen
Her singing touches rivers, meadows, and mountains
The world's in peace when Mother sings her lullaby
Heart filled with love, her voice is sweet music to her child

Many years, loving tears have fallen...
Mother's hair has become almost white
Wherever you are going this morning or tonight
Wherever you are in the course of your life
Remember Mother's Love...
And the joy of returning to her side...

Lòng Mẹ

Y Vân

Lòng mẹ bao la như biển Thái Bình dạt dào. Tình mẹ tha
Lòng mẹ chan chứa trên bao xóm làng gần xa. Tình mẹ dâng

thiết như giòng suối hiền ngọt ngào. Lời mẹ êm ái như đồng lúa chiều rì
tới trăng ngàn đứng lặng để nghe. Lời ru xao xuyến núi đồi suối rừng rặng

rào. Tiếng ru bên thềm trăng tà soi bóng mẹ yêu. Lòng mẹ thương
tre. Sóng ven Thái Bình im lìm khi tiếng mẹ ru. Một lòng nuôi

con như vầng trăng tròn mùa thu. Tình mẹ yêu mến như làn gió đùa mặt
nắng vỗ về những ngày còn thơ. Một tình thương mến êm như tiếng đàn lời

hồ. Lời ru man mác êm như sáo diều dật dờ. Nắng mưa sớm
ca. Mẹ hiền sớm tối khuyên nhủ bao lời mặn mà. Khắc ghi bên

chiều vui cùng tiếng hát trẻ thơ. Thương con thao thức bao đêm
lòng con trẻ muôn bước đường xa. Thương con mẹ hát câu êm

Happiness Like Clouds Wandering...

Original Song: Hạnh Phúc Lang Thang, published: 1980s
Author: Trần Ngọc Sơn
Translated by VuongThanh

Those days she were like the lotus flower

Symbolizing gentleness when the evening arrives

Those days she were like the pure dew,

resting on a rose,

sparkling on silk petals...

Those days she were like a music melody

Making people wonder, and me to daydream

I reminisce about quiet street nights,

with our fingers intertwined,

we promise each other a beautiful life

together...

But the months and years coldly passed by...

A person's heart can become uncaring!

Then, withered dream replaces the color of Hope

My Love had left the dream harbor

She crossed the river and marry another

The currents of Life keep flowing...

Ngày ấy em như hoa sen,
Mang nhiều dáng hiền mỗi khi chiều lên,
Ngày ấy em như sương trong,
Nép trên bông hồng, mượt trên cánh nhung.

Ngày ấy em như cung tơ,
Cho đời thẫn thờ, cho tôi dệt mơ
Đường khuya tay đan ngón tay,
Hứa cho đời ước mơ dài.

Nhưng năm tháng vô tình,
Mà lòng người cũng vô tình,
Rồi mộng úa thay màu xanh.
Người yêu xa bến mộng,
Đò xưa đã qua sông,
Dòng đời trôi mênh mông.

Lonely nights, rain drizzling
On a street of yesteryear
One person trying to forget.
Lonely footsteps...
The night wind blows chilliness
Feeling cold inside
Tears falling onto dry lips...

Those days, I love her passionately
I never thought about us parting
But Love's not beautiful like Poetry
We were together like one breath,
But then had gone onto separate paths...

Happiness's like clouds wandering...
Till the soul grows thin in this life
Every night passed by...
with a dream.
Dream that she will return...

Dáng xưa nay xa rồi,
Đường khuya mưa rơi rơi,
Phố xưa quên một người,
Bàn chân gieo đơn côi,
Gió mang theo cơn lạnh,
Về rót lệ trên môi.

Ngày ấy yêu em say mê,
Tôi nào nghĩ gì đến câu từ ly.
Tình ái không xanh như thơ,
Đến chung hơi thở, rồi trôi rất xa.

Hạnh phúc lang thang như mây,
Cho hồn héo gầy, khi ta còn đây.
Từng đêm qua trong giấc mơ,
Vẫn mong chờ có em về.

The Love Letters

Original Song: Lá Thư
Author: Đoàn Chuẩn
Translated by VuongThanh

I reminisce about an autumn years ago

when we sent each other scented letters.

Scented with the fragrance of Love and flowers.

The penned strokes, flirtingly romantic, fly on the pages.

I remember the heart's hesitancy when I wrote

"How many lives have I waited

for us to love and be together."

O My Love,

the letters still here,

but you're somewhere faraway.

I search for you in the starlight of yesteryears.

Remember that day when we walked together to the bridge,

You let down your long silky hair,

and we promised each other to love and be loved.

The words of Love gently floated down the river to some harbor...

Oh Time!

The passage of Time seems to have erased the words of Love.

The passage of Time has faded the color of many letters.

I returned to this place to burn the letters,

to forget the love that seems like thousands of years ago.

Nhớ tới mùa thu năm xưa gửi nhau

phong thư ngào ngạt hương

nét bút đa tình lả lơi

nhớ phút ngập ngừng lòng giấy viết rằng

chờ đến kiếp nào

tình đầu trong gió mùa

người yêu ơi

em nay về đâu?

phong thư còn đây

nhớ nhau tìm trong ánh sao

nhớ tới ngày nào cùng bước đến cầu

ngồi xõa tóc thề

hẹn lời ân ái

trôi đến bến nào hình dáng thuyền yêu

Thời gian

như xóa lời yêu thương

thời gian

phai dần màu bao lá thư

anh quay về đây đốt tờ thư

quên đi niềm ân ái ngàn xưa

Love with the passing of months and years has withered.
The love in the artist's heart has died.

I reminisce about an autumn years ago
when I wandered alone in the forests and rivers.
The autumn leaves fell and withered.
I reminisce about that day
when we walked together to the bridge.
You let down your long silky hair.
Where's the Love now that was in our hearts then...

ái ân theo tháng năm tàn
ái ân theo tháng năm vàng
tình người nghệ sĩ phai rồi

Nhớ tới mùa thu năm nao
mình anh lênh đênh rừng cùng sông
chiếc lá thu dần vàng theo
nhớ tới ngày nào cùng bước đến cầu
ngồi xõa tóc thề
còn đâu ân ái chăng người xưa?

Painting by Artist Nguyễn Sơn

Without Me

Original Poem: Cần Thiết, published: 1970s
Author: Nguyên Sa
Translated by VuongThanh

Without me, who will take you home from school
Who will write letters for you to bring to class
Who will dry your tears when you cry
Who will take you out on rainy evenings

And when you smile during the nights,
Who will admire your white teeth
Your bright eyes are like glistening planets
When the air's foggy, who will breathe to clear the mist
Who will hold your hands to make your cheeks turn pink
Who will gently breathe clouds into your hair...

Without me, if one day you should cry
The autumn light in your eyes will be diminished
Your hair grows longer with poet melancholy...

Without me, who will fondle you
Who will see the smile in your eyes
Who will listen to you talking about the autumn wind
Who will hold your hands and lead you to the joys of Spring
And feel your veins pulsing with life

Không có anh lấy ai đưa em đi học về
Lấy ai viết thư cho em mang vào lớp học
Ai lau mắt cho em ngồi khóc
Ai đưa em đi chơi trong chiều mưa

Những lúc em cười trong đêm khuya
Lấy ai nhìn những đường răng em trắng
Đôi mắt sáng là hành tinh lóng lánh
Lúc sương mờ ai thở để sương tan
Ai cầm tay cho đỏ má hồng em
Ai thở nhẹ cho mây vào trong tóc...

Không có anh nhỡ một mai em khóc
Ánh thu buồn trong mắt sẽ hao đi
Tóc sẽ dài thêm mớ tóc buồn thơ

Không có anh thì ai ve vuốt
Không có anh lấy ai cười trong mắt
Ai ngồi nghe em nói chuyện thu phong
Ai cầm tay mà dắt mùa xuân
Nghe đường máu run từng cành lộc biếc

Without me, if one day you should die
God will ask me why your hair lacks luster
Why your arms so skinny, why your eyes so dull
With head bowed in shame, I'll be heading toward Hell.

Không có anh nhỡ ngày mai em chết
Thượng đế hỏi anh sao tóc em buồn
Sao tay gầy, sao đôi mắt héo hon
Anh sẽ phải cúi đầu đi về địa ngục...

Soul of the Sea
Painting by Artist Thanh Trí

The River of Moonlight Streams

Original Song Từ Dòng Sông Trăng
Music: Vĩnh Điện, Poem: Tuệ Nga
Translated by EmptyCloud, 2013

In a river of moonlight streams
Thousand Flowers dwell in beautiful sleep...
Forget all sorrows of their fragile life, so brief.

In a river of moonlight streams,
 Old Rocks retell the story of all Things,
And the impermanence of their beings.

In a river of moonlight streams,
Poetic Muses quietly chant their rhymes,
Pray for peace and happiness to lives.

A dream, one night, under the silky moonlight...
One shouldered heavy loads of Dharma scrolls – up a hilly trail.
Shoulders tilt, scrolls spill.
Falling... down aside, on the Bridge of Life.

In a river of moonlight streams,
Old Rocks challenged Serene Thousand Trees:
Enlighten me! Yellow autumns – Will it ever cease?
The persistence of year-after-year falling leaves?

A profound wisdom, Serene Thousand Trees, replied:

"Form is but Emptiness" – That's the Wheel of Life.

Why kept bothering with Autumn's changing mind?

In the innumerous moonlight streams

Thousand Flowers, in unison, awake.

Harmoniously blown into an eternal radiant Dharma-lotus.

Poetic Muses celebrate the wordless Dharma's glorious lights.

Their silent chants emerging over the rivers moon-shine,

Instill calmness and compassion in all Lives.

A reminiscent dream, last night, an awakened I,

Dharma scrolls falling, unroll – the quiescent Way,

By a stream of Thousand Flowers, revel in the fairy night.

Amid the vast green sea of Serene Thousand Trees,

Arising a blissful melody, bird-like

Resonate through the immense sky,

And blend into the silvery galaxy of rivers, infinite moonlight.

TỪ DÒNG SÔNG TRĂNG

Thơ : *Tuệ Nga*
Nhạc : *Vĩnh Điện*

Từ dòng sông trăng đó, hoa ngủ quên kiếp sầu. Từ dòng sông trăng đó, đá trầm lời biển dâu. Từ dòng sông trăng đó, thơ ngát ý nguyện cầu. Đêm mơ dưới ánh trăng thâu. Quấy kinh ai đổ trên cầu nhân sinh. Sáng ra thức giấc hỏi mình. Là hư hay ảo, là hư hay ảo cội hình phù du. Từ dòng sông trăng đó, đá ướm hỏi lòng thu. Vàng rơi bao kiếp nữa, cây đứng lặng trầm tư. Sắc Không Vô Hình Tướng. Sao hỏi có vàng thu? Có vàng thu? Từ dòng trăng vô lượng, kinh hoa nở muôn mùa. Từ dòng kinh thi hóa, tiếng đời êm tiếng thơ. Đêm qua chợp giấc lại mơ. Quấy kinh ai đổ bên bờ suối hoa. Tiếng chim hót giữa rừng xa Âm thanh lảnh lót, âm thanh lảnh lót Ngân Hà sông trăng. Âm thanh lảnh lót, âm thanh lảnh lót Ngân Hà sông trăng.

Nhạc Sĩ Vĩnh Điện
Painting by Artist Thanh Trí

The Lullaby of Mother Vietnam

Original Song: Lời Ru Mẹ Việt Nam
Music: Vĩnh Điện, Poem: Tuệ Nga
Translated by VuongThanh

"À ơi", the sweet voice of gentle Mother

Her lullaby warms even the mountains and rivers

Mother's love is beautiful and pure

With fragrant hands, she opens thousands of history pages

O Mother, O Mother Vietnam

Your love's in a thousand melodies of lullabies

You teach your children to be just and compassionate,

to remember their roots and heroic ancestry.

Vietnam's like a sad river branch with many twists and turns;

The moon dimmed, the water murky, the poor people, the

bloodsheds...

Now, Mother's voice is low, deep and sad

The two abysmal dark regions, a single source of suffering

Gentle Mother with shining virtue like a mirror

Her Flower of Compassion grows in her children's garden

Mother sings a wonderful lullaby

Mother sings a lullaby of Love of Flowers and People...

Lời Ru Mẹ Việt Nam

Thơ: Tuệ Nga
Nhạc: Vĩnh Điện

Nâng ly mời cõi hư không
Thả hồn phiêu lãng một dòng thơ Say... (VT)

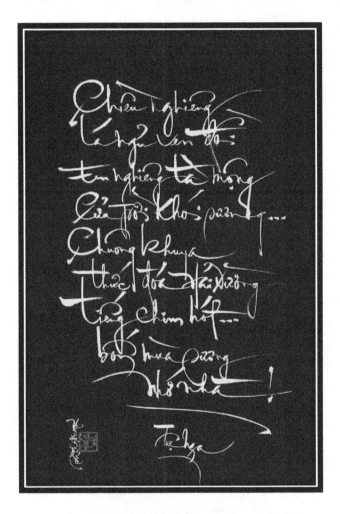

From the poem "Heaven's Gate…"
Verse Calligraphy by Artist Văn Tấn Phước

Heaven's Gate Shrouded in Smoke and Mist

Original Poem: Cửa Trời Sương Khói, Khói Sương
Author: Tuệ Nga
Translated by VuongThanh

Evening falls

Leaves asleep by the hillside

She, a slender beauty in white dress,

Looks at Heaven's Gate, shrouded in smoke and mist...

Night temple gongs waken peony flowers

Four misty seasons, filled with longings for the homeland!

The wind gently sways bamboo branches

Her dress gently flows like sunset clouds...

Evening passes by

White clouds drifting in loneliness...

Calling on Poetry Spirit

She's absent!

The ancient moon of legends traverses across the sky

Voices of the hidden heart float in the night

Anything left in this remaining age?

Chiều nghiêng
Lá ngủ ven đồi
Em nghiêng tà mộng
Cửa trời
Khói sương...

Chuông khuya
thức đóa Hải Đường
Tiếng chim hót...
bốn mùa sương
Nhớ Nhà!
Gió lay cành Trúc la đà,
Áo em tà mộng...
thướt tha mây chiều

Chiều đi,
Mây trắng cô liêu
Gọi Thơ,
Thơ vắng !
Gọi chiều,
mông mênh...

Ánh trăng huyền thoại,
lênh đênh !
Tiếng lòng ai gửi ...
Cuối ghềnh gió bay...

Still there's the moon on the mountaintop
Still there's the clouds in the distant horizon
Quietly hearing from afar the echoes of the sea,
And Mother's voice singing lullabies to me...

Since I had left that autumn,
My heart's been calling out to Vibrant Spring,
to the Sunshine Season of United Hearts Gathering...
The Vietnamese people,
From all corners of the world,
Fragrant with scents of Buddha's teachings,
Coming together in Love and Peace.
O April ! How I miss my homeland ...
When will it be reborn again?

Evening falls
The temple gongs sounding from afar...
Watching clouds drifting at the seaside
Love for homeland ebbs and flows like the tides

Còn chi cuối vận hội này

Còn Trăng đầu núi,

Còn Mây cuối trời

Âm thầm tiếng vọng trùng khơi

Mang mang...

Ơi tiếng, Ru hời,

Mẹ Ru...

Con đi từ đó Mùa Thu

Gọi Xuân Hồng,

Gọi Nắng Mùa Đoàn Viên

Trời Việt Nam Ngát Kinh Hiền

Lời Kinh tha thiết Bình Yên quê nhà

Bốn phương về hội Thái Hòa

Tháng Tư! Lại nhớ xót xa quê mình

Bao giờ Quê Mẹ hồi sinh

Tháng Tư Khẩn Nguyện An Bình Quê Hương

Rưng rưng... Lá Nhớ,

chiều sương

Kinh Chiều âm vọng bốn phương, Nắng Hồng

Chiều nghiêng

Chiều nghiêng thu không ...

Tiếng thơ rơi rụng ! Bụi hồng gió bay

Tình Quê, Ý Bút vơi đầy ...

Có người ra Biển nhìn Mây... Nhớ Nhà !

April, silently grieving!

Evening falls

Evening falls

Sorrow filled my heart!

Verses sent to the wind

Longings for homeland adrift

Heaven's Gate still shrouded in Smoke and Mist!...

Tháng Tư ! thầm lặng ... Xót xa!

Tháng Tư ! ai nhớ quê nhà chênh vênh

Chiều nghiêng, chiều nghiêng ...

Buồn tênh !

Cánh Thơ Thả Gió ... tâm tình tha phương !

Cửa Trời

Sương Khói,

Khói Sương ...

Poet Tuệ Nga and Poet Phương Hồ

Divine Fragrance

Original Poem: "Vương Giả Hương", published: 1980s
Author: Phương Hồ
Translated by VuongThanh

Autumn leaves falling, now and again,

on the byway lined with bamboos.

The clouds turn a reddish pink

with the sun in the high plains shining.

A horizon of ethereal, soft moonlight

emanates a fragrance of heavenly delight.

Some lifetimes of nostalgic poetry

from the wanderings of an exiled fairy.

Waking up from a dream of "Life's an Illusion",

feeling isolated like a deserted island.

Enter a club of pen and letters

Now and then, having fun writing a few verses

From somewhere the music of guzheng playing

an enchanting epiphyllum flower melody.

Lác đác lá rơi vàng nẻo trúc

Mây pha hồng đỉnh nắng cao nguyên

Một phương trăng ngát hương vương giả

Mấy kiếp thơ sầu bước trích tiên

Chợp giấc kê vàng trời hải đảo

Vào trang hãn mặc, quán thanh duyên

Không thường say, tỉnh năm vài chữ

Vẳng khúc quỳnh hoa thập lục huyền

Autumn Inspiration

Original Poem: Thu Tứ, published: 1970s
Author: Phương Hồ
Translated by VuongThanh

Who composes the poet soul into a flute melody
Autumn inspiration rising high with the evening breeze
The cloud trail leads swallows into an illusion mist
The bamboo path enhances flowers to their glorious beauty
The moon, as ever, indifferently shines its light on the sea waves
The mountains still dazzled by the wind song of the pine trees
Tilting a jug of chrysanthemum liquor,
to forget the affairs of the world.
With a pocket of drinking verses,
I stroll down the Moonlight Bridge.

Thu tứ dâng cao với gió chiều
Hồn thơ ai phổ khúc thanh tiêu
Đường mây dẫn nhạn vào hư ảo
Nẻo trúc đưa hoa tới mỹ miều
Trăng vẫn lạnh lùng soi biển động
Non còn ngơ ngẩn vọng thông reo
Nghiêng hồ hoàng tửu quên thời cuộc
Một túi thơ say dạo nguyệt kiều

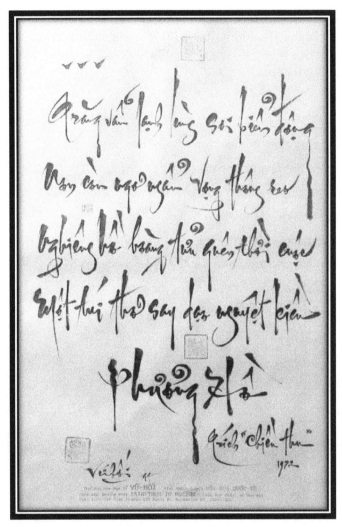

Verse Calligraphy by Artist Vũ Hối

Calligraphic Art of a Multi-Talented Artist

Original Poem: Thư Pháp Khách Tài Hoa, published: 2010s
Poem Present to Artist-Songwriter-Singer Văn Tấn Phước
Author: VuongThanh

How is it that a horizontal brush stroke can be so beautiful

Like a sword moving in a path of swift flight

There's the jade moon hanging on the mountaintop

Here's the wings of the eagle gliding in a sea of clouds

The calligraphic art glorifies Viet history pages

The singing's nostalgic with the "Nam Ai" melodic styles

Music stream imbued with love for the motherland

Still reverberates here and there a song of an exile's sorrow.

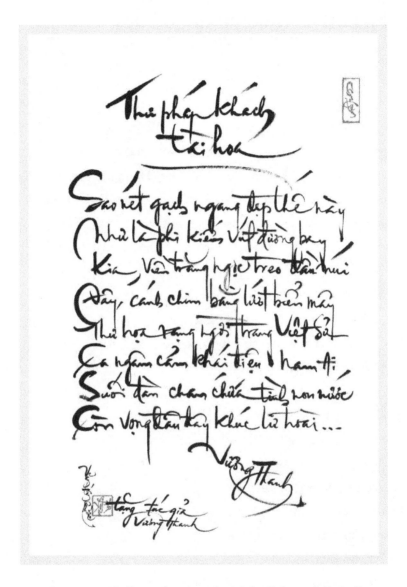

the poem "Calligraphic Art of a Multi-Talented Artist"

Verse Calligraphy by Artist Văn Tấn Phước

The Last Conmemorative Song

Original Song: Niệm Khúc Cuối, published: 1970s
Author: Ngô Thụy Miên
Translated by VuongThanh

Even if it rains daily, I want to walk with you till the end of life
Even if dark clouds or storms are gathering, I long to be at your side
Even if it's windy and biting cold, or the roads muddied with snow
Even if the leaves are falling, sad and desolate...
Even if whatever... Whatever happens..., I Will Still Love You...

Leaning on each other's arms, sharing peace and warmth
Finding each other's lips with a passionate kiss
Hand clasping hand, feeling imprisoned desires stirring...
My hair, unkempt and gray with memories of a sad love
But just looking at you,
just looking at you for a moment,
I long to say "I Love You."

Let me be a breath of sleepiness,
just this one time,
lulling you into a world of dreams,
taking you with me
into the yesteryears of Love...

Dù cho mưa tôi xin đưa em đến cuối cuộc đời
Dù cho mây hay cho bão tố có kéo qua đây
Dù có gió, có gió lạnh đầy, có tuyết bùn lầy
Có lá buồn gầy, dù sao, dù sao đi nữa tôi vẫn yêu em

Dựa vai nhau cho nhau yên vui ấm áp cuộc đời
Tìm môi nhau, cho nhau rã nát, rã nát tim đau
Vừa đôi tay, ước muốn tù đầy,
Tóc rối bạc màu vết dấu tình sầu
Nhìn em, nhìn em giây phút, muốn nói yêu em

Xin cho tôi, tôi như cơn ngủ
Ru em, đưa em một lần
Ru em vào mộng, đưa em vào đời
Một thời yêu đương

I long to hold you in my arms
Like a dream pillow, you are so soft and warm
I long for a night full of passion
A night of love between wife and husband.

Even if one day some other walks with you till the end of life
Even if you have the heart to rip and tear apart mine
Even if I wish a thousand wishes,
or blames fate my whole life
it's already too late!

O Love! Whatever happens, I Will Always Love You...

Cho tôi xin em như gối mộng
Cho tôi ôm em vào lòng
Xin cho một lần, cho đêm mặn nồng
Yêu thương vợ chồng

Dù mai đây ai đưa em đi đến cuối cuộc đời
Dù cho em, em đang tâm xé, xé nát tim tôi
Dù có ước, có ước ngàn lời, có trách một đời
Cũng đã muộn rồi

Tình ơi! Dù sao đi nữa xin vẫn yêu em.

Love's Pain of Being Late for Each Other

Original Song: Nỗi Đau Muộn Màng
Author: Ngô Thụy Miên
Translated by VuongThanh

Raindrops are tears for a love that's fading...

Clouds drifting... are the nostalgic regrets of a time gone by...

You told me that you were happy, but your eyes say otherwise

Alas, my heart still cannot not forget

the heartaches of those days...

Fragile is Life, like the autumn leaf withering on the tree branch

Is it rain or warm teardrops falling, crying for a lost love?

Stilll there in my heart

are the months and years of longings

for us to live a happy life together.

Alas! The pains of Fate, of being late for each other.

I remember that autumn day,

grey clouds drifting in the far horizon.

The sad rain, your tangled hair wetting your lips

You give me your first kiss,

and wrap your arms around me.

I sing for you a song of youthful love in the twenties

Mưa rơi là nước mắt tình đã phai rồi
Mây trôi là nỗi nhớ tiếc thương mà thôi
Hạnh Phúc sao mắt môi em còn chơi vơi
Sao trái tim anh còn chưa nguôi
Những xót xa một thời

Mong manh đời như lá vàng úa trên cành
Long lanh giọt lệ ấm khóc cho tình xanh
Còn đấy bao tháng năm âm thầm em mang
Bao vấn vương cho đời thênh thang
Những nỗi đau muộn màng

Em nhớ có mùa thu mây giăng lối
Cơn mưa buồn tóc rối ướt bờ môi
Em đã trao anh nụ hôn đầu vòng tay ấm vui
Anh hát cho em bài tình ca đôi mươi

Wandering in search of you but you'd already gone

Treading the streets that we had been together with lonely footsteps

O Love, do you hear the autumn leaves falling

Do you know that when autumn arrives,

we have lost each other in this life.

Lang thang tìm đâu thấy người đã đi rồi

Mênh mang đường phố vắng bước chân lẻ loi

Người hỡi anh có nghe lá vàng rơi rơi

Anh có hay khi mùa thu tới

Ta mất nhau một đời

Nỗi Đau Muộn Màng

Vừa chậm **Tặng Trường Đinh** Ngô Thụy Miên

Mưa rơi là nước mắt tình đã phai rồi. Mây trôi là nỗi nhớ tiếc thương mà
Mong manh đời như lá vàng úa trên cành. Long lanh giọt lệ ấm khóc cho tình

thôi. Hạnh phúc sao mất mỏi em còn chơi vơi sao trái tim anh còn chưa
xanh. Còn đẩy bao tháng năm âm thầm anh mang bao vấn vương cho đời thênh ...

nguôi những xót xa một thời. thang những nỗi đau muộn màng. Anh

nhớ có mùa Thu mây giăng lối. Cơn mưa buồn tóc rối ướt bờ

môi. Em đã trao anh nụ hôn đầu vòng tay ấm vui. Anh hát cho

em bài tình ca đôi mươi. Lang thang tìm đâu thấy người đã đi rồi.

Mênh mang đường phố vắng bước chân lẻ loi. Người hỡi em có nghe lá vàng rơi

rơi em có hay khi mùa Thu tới ta mất nhau một đời.

A Refugee's Fairy Tale

Original Poem: Chuyện Thần Tiên, published: 1970s
Author: Cao Tân
Translated by VuongThanh

There was a fairy who asked a refugee
"What do you wish near the end of your life?"

I wish on waking up one late morning
To see the terrace filled with bright sunshine
A window opening to the clear blue sky
Hearing the familiar sounds of birds chirping in the front yard

The city streets with the smell of new morning dust
The cool tree shades with glistening tamarind leaves
At the coffee house, my colleagues and friends are waiting
They're enthusiatically chatting about this and that

Suddenly, I recall last night was so frightening
I had a terrible dream
In the dream, I saw my homeland broken and shattered
I journeyed on the road but keep on wandering, feeling bewildered

I dream of driving on the way to work
Hearing around me voices in Vietnamese
In the dusty and smoky city, I wish for the trees and grass
to grow a sparkling green across my country a dream of Peace

(Có bà tiên hiền hỏi chàng lưu lạc
Con ước mơ chi cuối cuộc đời này?)

Ta ước khi không bừng tỉnh giấc
Thấy bình minh muộn nắng đầy hiên
Một khung cửa sổ trời xanh ngắt
Đầu sân xao xác tiếng chim quen

Đường phố ngất ngây mùi bụi mới
Những vòm cây biếc lá me tươi
Quán cóc sở ta bè bạn đợi
Rất tưng bừng đấu hót những buồn vui

Chợt nhớ lại, ồ đêm qua khiếp quá
Mình đã mơ một giấc thật kinh hoàng
Mơ thấy cả một quê hương đổ vỡ
Mình lên đường ngơ ngẩn, lang thang

Sẽ vội vã trên đường lao tới sở
Nghe xôn xao tiếng Việt ở quanh mình
Giữa phố bụi mù lại mơ cây cỏ
Xanh khắp quê hương giấc mộng thanh bình

What do I want in this refugee life?
The fairy has just asked me for my wish
"Please let all the turbulent, shattering changes in my life
be wrapped into the nightmare of last night."

Ta muốn điều chi cuối đời luân lạc?
Này bà tiên vừa hỏi giấc mơ ta
"Hãy đem hết những đổi đời tan tác
Gói giùm vào cơn mộng dữ đêm qua"

Painting by Artist Nguyễn Sơn

A Treasure Hiding Place

Original Poem: Chỗ Giấu Kho Tàng, published: 1970s
Author: Cao Tân
Translated by VuongThanh

After a week of exhausting manual labor

On fridays, I often stay up all night

'Cause it's night here, but morning in Saigon

My sleepless night is My Love's miserable day

Days of hard, miserable work, My Love, you look ragged,

Yet you still have to hide your fatigue

behind the banner of Socialist Labor Pride.

I was one time very rich, do you not know?

I will now show you, My Love, a couple places

where I had hidden our treasures.

In the old park, there was a stone bench

Is it now wet with evening rain,

or glistening with morning sunshine?

The bench by the row of pine trees, do you remember?

We were together there, those joyful days.

The bench had heard the long sighs of shriveled leaves

And heard the grass hill in springtime smiling brightly

Sharing sad and happy moments

When you were very young...

82

Sau một tuần ngất ngư lao động
Thứ sáu anh thường thức trắng đêm
Vì đêm anh, Sài Gòn đang sáng
Đêm thao thức anh là ngày khốn khổ em

Ngày khốn khổ, thân em tơi tả
Gói nhọc nhằn trong biểu ngữ vinh quang
Ta từng giầu lắm em nào biết
Anh chỉ cho em đôi chỗ giấu kho tàng

Trong công viên xưa có chiếc ghế đá
Giờ đẫm mưa chiều hay tươi nắng mai?
Ghế như ngà, bên hàng thông, em nhớ?
Ta bên nhau trên đó những ngày vui

Chiếc ghế từng nghe lá úa thở dài
Nghe đồi cỏ mùa xuân cười rực rỡ
Chia sẻ những buồn vui
Của thời em rất nhỏ

You should come and look in the red church
The cathedral where the bricks are coral red
Where we often hang out after each sunset
Look carefully my love: it's right behind the Cross
You should come and look in our former house
Stand by the fence and see our old garden.

Remember: under the shades of the strawberry tree
Those succulent red fruits shining after the morning rain
In a garden's corner, there was a broken brick
Where we wanted to grow some melon trees
Be discreet, My Love, the house had changed owner
But our treasure will probably be still there

Standing in front of our old garden, do smile, My Love
Although your lips sad with longings
Swallow your tears and smile brightly
Like those evenings when you greet my returning in Joy.

(Guarding our treasure is a powerful God
But your smile is the magic mantra
After reading the magic mantra, the treasure will open.)

Look at our treasures, My Love
Under the park bench, I hid the time of youth
On the church's top I hid Faith in God
In our old garden, I hid a time of Happiness
In your smile, I hid my heart!

Em hãy đến tìm ở nhà thờ đỏ
Ngôi thánh đường gạch hồng như son
Nơi ta thường quanh quẩn những hoàng hôn
Tìm kỹ nhé: ngay sau cây thánh giá
Em hãy tìm về sau căn nhà cũ
Đứng bên rào mà ngó lại vườn xưa

Em nhớ nhé: dưới tàn cây trứng cá
Những trái mọng hồng trong ánh nắng sau mưa
Ở góc vườn còn một viên gạch vỡ
Nơi nảy mầm hy vọng một giàn dưa
Kín đáo nghe em, giờ nhà đổi chủ
Nhưng kho tàng ta chắc còn nguyên đó

Đứng trước vườn xưa em hãy mỉm cười
Dù môi buồn đã héo xanh thương nhớ
Nuốt lệ thầm và cười cho tươi
Như chiều xưa đón anh về hớn hở

(Kho tàng ta có một ông thần
Nụ cười em là câu thần chú
Thần chú đọc xong kho tàng sẽ mở)

Kho tàng ta em yêu nhìn xem
Dưới ghế công viên anh giấu thời thơ dại
Trên tháp nhà thờ anh giấu niềm tin
Trong vườn cũ anh giấu thời hạnh phúc
Nơi nụ cười em anh giấu trái tim.

Do share with me half of the treasure
To spend together through these difficult times

One more Friday, I haven't slept
To let my soul goes back to Saigon where lives My Love
Knocking on Heaven's door but it's closed
Living in the present times are miserable
My Love, I wish to be with you
and share the pains together!

Hãy chia anh một nửa kho tàng
Để cùng tiêu trong chuỗi ngày khốn khó

Thêm một lần thứ sáu trắng đêm
Để hồn về một Sài Gòn đang sống
Gõ tuyệt vọng cửa thiên đường đã đóng
Xin chia nhau ngày khốn khổ cùng em

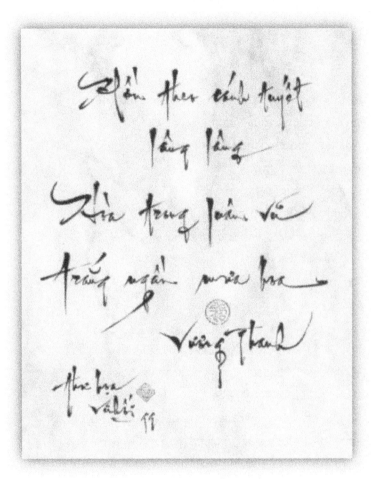

Verse Calligraphy by Artist Vũ Hối

Fairyland

Original Song: Thiên Thai, published: 1940s
Author: Văn Cao
Translated by VuongThanh

Whose singing voice this evening floats on the waves
Remember Lưu 'n' Nguyễn of olden days
who wander into the land of the fairies.
O the road to Fairyland,
the Source of Inspiring Love
Heavenly music floating on the wind,
touching one's heart with soulful melodies.
Melodies warm and loving,
like the water embracing
the boat's hull.

Music waves touch the falling peach blossoms
A misty haze in the distance circles around the sky
The small boat floats in loneliness on the waters
The homeland gradually disappears beyond the mountains.
Feeling wistful as the boat's rowed across the Jade Stream
Someone singing on the shore of the fairy realm.

In this fairyland, the spring flowers
had never met an earthly butterfly.
There's peach season which Time'd never wither its fruits
We Fairies would like to offer you these fragrant peaches
This heavenly exotic dance, the two young men
join in the fun with the fairies.

Tiếng ai hát chiều nay vang lừng trên sóng

Nhớ Lưu Nguyễn ngày xưa lạc tới Đào Nguyên

Kìa đường lên tiên, kìa nguồn hương duyên

theo gió tiếng đàn xao xuyến

Phím tơ lưu luyến, mấy cung u huyền

Mấy cung trìu mến như nước reo mạn thuyền

Âm ba thoáng rung cánh đào rơi

Nao nao bầu sương khói phủ quanh trời

Lênh đênh dưới hoa chiếc thuyền lan

Quê hương dần xa lấp núi ngàn

Bâng khuâng chèo khua nước Ngọc Tuyền

Ai hát trên bờ Đào Nguyên

Thiên Thai chốn đây Hoa Xuân chưa gặp Bướm trần gian

Có một mùa đào dòng ngày tháng chưa tàn qua một lần

Thiên Tiên chúng em xin dâng hai chàng trái đào thơm

Khúc nghê thường này đều cùng múa vui bầy tiên theo đàn

A magical night under the moon and stars,

the music stirs one's heartstrings with nostalgia.

The Fairyland melody, timeless and soul-floating,

makes a man forget about earthly life.

O The music of the Fairies...

O The music desiring Love...

The Fairyland's moonlight dreams of dissolving

into an earthly mount'n stream.

A fairy's moment of wild love passion

does it only once happen?

The singing floats on the wind; the drums echo near and far.

Don't mention the olden times,

it just makes my heart feels sad with nostalgia...

O Fairyland! Lưu 'n' Nguyễn forget earthly life

Living together with the fairies for many years

As sunsets go by, longings for their hometowns grow

They ask the fairies if ít's possible to come back for a visit.

Lưu and Nguyễn came back to human land

But hundreds of years have passed since then

They went back to search for Fairyland

But the fairy realm's nowhere to find.

Those late evenings when the moon's rising

The singings still reverberate in the fairy realm...

Đèn soi trăng êm nhạc lắng tiếng quyên
đây đó nỗi lòng mong nhớ
Này khúc bồng lai
là cả một thiên thu trong tiếng đàn chơi vơi
Đàn xui ai quên đời dương thế
Đàn non tiên đàn khao khát khúc tình duyên

Thiên Thai! Ánh trăng xanh mơ tan thành suối trần gian
Ái ân thiên tiên em ngờ phút mê cuồng có một lần

Gió hát trầm tiếng ca tiếng phách ròn lắng xa
Nhắc chi ngày xưa đó đến se buồn lòng ta

Đào Nguyên trước Lưu Nguyễn quên trần hoàn
Cùng bầy tiên đàn ca bao năm
Nhớ quê chiều nào xa khơi
Chắc không đường về
Tiên nữ ơi!

Đào Nguyên trước Lưu Nguyễn khi trở về
Tìm Đào Nguyên, Đào Nguyên nơi nao ?

Những khi chiều tà trăng lên
Tiếng ca còn rền trên cõi tiên.

Lustrous Stream of Hair

Original Song: Suối Tóc, published: 1950s
Music: Văn Phụng, Lyrics: Thy Vân
Translated by VuongThanh

I'm wandering in search of the lake willows,

to see its leaves gently swaying in the wind.

Or should I look for the lustrous stream of hair

flowing down a pair of shoulders.

A vision of her enchanting smile

and slender figure

was forever impressed

in my mind...

We were together on a tranquil autumn night

She stood there in silence for quite some time

Hesitantly, I want to read to her

a few lines of heart verse:

Please let the brook and the mountain find each other

Just like us, a couple of times rebonding our love

I want to take you across the green mountain ranges

We will visit the gently flowing brook

But nature's not as gentle as your raven hair

But last autumn's not as clear as your eyes...

Tìm cho thấy liễu xanh xanh lả lơi
Hay đi tìm dòng suối tóc trên vai
Ghi trong khóe mắt u hoài hình bóng ai
Anh với em một đêm thu êm ái

Người em gái đứng im trong hồi lâu
Anh ngập ngừng lòng muốn nói đôi câu
Xin cho suối nước non ngàn tìm đến nhau
Như chúng ta đôi lần hàn gắn thương yêu

Anh muốn đưa em qua miền rừng núi xanh
Chúng ta cùng thăm con suối dịu êm
Nhưng thiên nhiên không êm như tóc huyền
Nhưng thu qua không trong như đôi mắt em

I want to write a few lines of verse

Or play music, or paint flowers

O Darling, please know that:

Our Love is manifest

in Music, in Poetry,

and in... Your Lustrous Stream of Hair!

Lòng anh muốn viết lên đôi vần thơ

Hay cung đàn cùng nét bút tranh hoa

Xin em biết nhé cho tình hai chúng ta

Trong ý thơ, cung đàn, và suối tóc mơ

Quỳnh Nương
Painting by Artist Thanh Trí

The Twelfth Night of June

Original Poem: Mười Hai Tháng Sáu
Author: Vũ Hoàng Chương
Translated by VuongThanh

The moonlight's shining on her house

The moonlight of a faraway sky

But here in this place, the wine's bitter on a rainy night

Oh, it's the twelfth night of June already

O Tố of Hoàng! I miss you so!

Such is Life. Things come to an end, just like that!

Ten year of love, and now my dream shattered!

A moonlit night ten years ago,

who make a love oath promising us to be together!

O Tố of Hoàng! O Tố of mine!

The twelfth of June – Alas, from this day onward

A couple we were – but now split apart

You have become like a stranger

and no longer the Tố of Hoang of yesteryears

Tonight, amidst the liquor and smoke,

I build a tomb to bury the love in my heart

On the tombstone's written the date of June twelfth

I regret the love that's not to be and I cry.

The Tố that was of Hoàng is now the Tố of someone else!

Trăng của nhà ai, trăng một phương
Nơi đây rượu đắng mưa đêm trường
Ở, đêm tháng sáu mười hai nhỉ
Tố của Hoàng ơi! Hỡi nhớ thương

Là thế, là thôi, là thế đó
Mười năm thôi thế mộng tan tành
Mười năm trăng cũ ai nguyền ước?
Tố của Hoàng ơi! Tố của anh

Tháng sáu mười hai – từ nay nhé
Chung đôi – từ đấy nhé lìa đôi
Em xa lạ quá đâu còn phải
Tố của Hoàng xưa, Tố của tôi

Men khói đêm nay sầu dựng mộ
Bia đề tháng sáu, ghi mười hai
Tình ta ta tiếc cuồng ta khóc
Tố của Hoàng nay Tố của ai!

I rap my knuckles on the tombstone
Alas! Ten years of love!
The blood in my heart boiling in distress and hopelessness
Suddenly I want to be like Trang Tử who burnt all his estates
Tapping my fingers and singing the bitter song "Cổ Bồn Ca"

Kiều Thu, O My Beloved
The fire's violently burning down the West Chamber
Amidst the smoke, I wildly tap my fingers,
singing to The "Hồ Xừ Xang Xế" music notes
like a crazy man with an empty void in his heart!

O Kieu Thu, I love you forever and ever!
The sorrow in my heart keeps getting deeper and deeper
Tapping my fingers like crazy
to the "Xừ Xang Xế Xự Xang Hồ" music notes
while the smoke's rising in the air...

Kiều Thu, My Beloved! O Kieu Thu!
Just sits down and watches the fire grows wild
Smoke's rising between the music notes "Xế Hồ Xang"
Its haunting notes like the anguish in my heart
growing and rising to the infinite sky...

Tay gõ vào bia mười ngón rập
Mười năm theo máu hận trào rơi
Học làm Trang Tử thiêu cơ nghiệp
Khúc Cổ Bồn Ca gõ hát chơi

Kiều Thu hề Tố em ơi
Ta đang lửa đốt tơi bời Mái Tây
Hàm ca nhịp gõ khói bay
Hồ Xừ Xang Xế bàn tay điên cuồng

Kiều Thu hề trọn kiếp thương
Sầu cao ngùn ngụt mấy đường tơ khô
Xừ Xang Xế Xự Xang Hồ
Bàn tay nhịp gõ điên rồ khói lên

Kiều Thu hề Tố hỡi em!
Nghiêng chân rốn bể mà xem lửa bùng
Xế Hồ Xang khói mờ rung
Nhịp vương sầu tỏa năm cung ngút ngàn

To My Beloved In Her Grave

Original Poem: Gửi Người Dưới Mộ, published: 1950s
Author: Đinh Hùng
Translated by VuongThanh

End of autumn already, where are you, My Love?

Lying inside the cold earth, you must be grieving?

O Autumn! Please wake up her spirit

I want to come inside her grave

My Love! Where are you now?

What do you dream about?

Each night, I wish and pray

the color of the incense smoke

is the color of your eyes.

My Love! Have you come back?

Will you come back soon?

Moon and stars gone, now only a dim lamp

Lying down, I read a poem to invoke your Spirit

My Love!

Do laugh loudly, and create echoes in the nether world

During the cold autumn moon, quiet footsteps

of the wandering spirits so many ages ago,

will now be lying in the same bed.

My Love! Do laugh out loud!

Do cry out loud!

Trời cuối thu rồi – Em ở đâu?

Nằm bên đất lạnh chắc em sầu?

Thu ơi! Đánh thức hồn ma dậy

Ta muốn vào thăm nấm mộ sâu

Em mộng về đâu?

Em mất về đâu?

Từng đêm tôi nguyện, tôi cầu

Đấy màu hương khói là màu mắt xưa

Em đã về chưa?

Em sắp về chưa?

Trăng sao tắt, ngọn đèn mờ

Ta nằm rỏ lệ đọc thơ gọi hồn

Em hãy cười lên vang cõi âm

Khi trăng thu lạnh bước đi thầm

Những hồn phiêu bạt bao năm trước

Nay đã vào chung một chỗ nằm

Cười lên em!

Khóc lên em!

Where's the moon of love legends
that shines on pledges of love?
Lotus instep of beauteous maiden
causing heart stirs in the mythical night.
I wandered in the land of the fairies and spirits
Across the river Styx, I saw the ferry of Hades
I sent a spirit-invoking poem
Is the person inside the grave shivering?
Do the cold dried bones still feel Love?
Do your breasts still evoke lust?

O Virginal Spirit
Infatuated with you, I wish to leave this human body
My soul will enter tree and grass and love you each night
Are you happy, My Love?
Are you sad?
I'm sitting by your grave
Tell me of your feelings...

The Angel of Death laugh in his crazy chest
I hear in your breath the sounds of distress
Past feelings awaken, dispelling Desolate Loneliness
Infatuating scent coming from the earth,
The moon's rising...

Đầu trăng tình sử

Nép áo trần duyên?

Gót sen tố nữ

Xôn xao đêm huyền

Ta đi, lạc xứ thần tiên

Hồn trùng dương hiện con thuyền U Minh

Ta gởi bài thơ anh linh

Hỏi người trong mộ có rùng mình?

Nắm xương khô lạnh còn ân ái?

Bộ ngực bi thương vẫn rợn tình?

Hỡi hồn tuyết trinh!

Hỡi người tuyết trinh!

Mê em, ta thoát thân hình

Nhập hồn cây cỏ, đa tình mỗi đêm

Em có vui thêm?

Em có buồn thêm?

Ngồi bên cửa mộ

Kể cho ta biết nỗi niềm

Thần chết cười trong bộ ngực điên

Ta nghe em thở tiếng ưu phiền

Nỗi lòng xưa dậy tan Thanh Vắng

Hơi đất mê người – Trăng hiện lên

The Rain In June

Original Song: Tháng Sáu Trời Mưa
Music & Lyrics: Hoàng Thanh Tâm, Poem: Nguyên Sa
Translated by VuongThanh

It rains in June, it rains unendingly
If it doesn't rain, I will pray for it to rain
I pray for the rain to block your way home
And for the night to stretch into infinity...

We huddle together, just like the boat embracing its harbor
And keep our lives cozy and warm with loving kisses
Holding each other's hands, feeling passion rising like ocean waves
Let's make our lives into loving wedding nights...

Your skin milky white, I don't need moonlight
Your hair silky soft, I don't care for spring sunshine
In this life, there's no longer any beauty
Since I call your name "Loveliness"!

I stroke your hair to keep your night sleep full
Your ivory hands I will raise to my lips
Your name I'll whisper like a gentle breeze
And by your side, time seems to freeze

It rains in June, it rains unendingly
If it doesn't rain, do you pray for it to rain?
I still wish the rain to block your way home
I'll remember forever the rain in June...

Thơ : Nguyên Sa   Nhạc : Hoàng Thanh Tâm

Slow Rock

Tháng sáu trời mưa   trời mưa không dứt   Trời không

mưa   anh cũng lạy trời   mưa.   Anh lạy trời mưa phong kín dường

về   Và đêm ơi   xin cứ dài vô   tận.

Mình   dựa   vào   nhau   cho thuyền ghé   bến

Sưởi   ấm   đời   nhau   bằng những môi   hôn

Mình   cầm   tay   nhau   nghe   tình dâng sóng   nổi

Hãy   biến   cuộc   đời   thành những tối tân   hôn.   Da em

trắng   anh chẳng cần ánh   sáng   Tóc em   mềm   anh chẳng thiết mùa

105

xuân   Trên cuộc đời   sẽ chẳng có giai   nhân   Vì anh

gọi   tên em là nhan sắc   Anh vuốt tóc   em   cho đêm khuya tròn

giấc   Anh   sẽ   nâng tay   cho ngọc sát kề   môi

Anh   sẽ   nói   thầm như   gió thoảng trên   vai   Và bên

em   tiếng đời đi rất   vội.   Tháng sáu trời mưa   trời mưa không

dứt   Trời không mưa   em   có   lạy trời   mưa

Anh   vẫn   xin   mưa   phong kín dường   về

Anh   nhớ suốt đời   mưa tháng   sáu.

Sad Words of Love

Original Song: Lời Tình Buồn
Author: Hoàng Thanh Tâm
Translated by VuongThanh

I remember an early dawn when the forest was very silent
Enchanting words of love from our hearts float in the wind
The day I fell in love, Spring lit up my soul with sunshine
The day I knew the meaning of Love, the heart scarred with sorrow.

I've seen in your eyes the lonely nights and gloomy rains
I've seen in my arms, Autumn enduring the heart's aching pains.
Each day in Love's bliss, like being in paradise, is full of laughter
Each day in Love's sorrow, the torn and wearied heart painfully
      suffers.

After a long musing, the lullaby of love sounds bitter on my lips
Still trying in vain to hold onto our love
and forget the harsh realities of Life.
Some days, waiting to taste from your fragrant lips the sweet flavor of love.
Some days, wandering aimlessly with an empty heart
The path of Love's foggy like the misty clouds in the far sky...

I can see in your eyes the rainy days are still there,
The long months and years of hoping and waiting for Love's bliss.
When we're still together, please hold words of love on your lips
Someday if we have to say goodbye, I'll still love you forever...

Lời Tình Buồn

Hoàng Thanh Tâm

Ta nhớ một sớm nao rừng Đông im lặng tiếng ngây ngất trong gió bay lời tình nghe đắm say Ngày tình vừa đến mùa Xuân thắp nắng lên trong hồn Ngày tình hằn sâu trong tim yêu vết thương vàng lá Ta thấy trong mắt em từng đêm mưa vàng vỡ Ta thấy trong cánh tay mùa Thu mang xót xa Từng ngày tình vui cho thiên đường hé những môi cười Từng ngày tình đau cho trái tim se thêm những mối

2

mòn   Qua con mê   dài lời ru nghe đắng cay trên bờ

môi   Nâng niu con   mộng tìm trong lãng quên ngày mưa tháng

nắng   Từng ngày tìm   đến môi thơm ngọt mềm từng ngày lần

bước đi trong ơ thờ đường tình mù tối như mây giăng mờ   cuối

trời   Ta thấy trong mắt   em   ngày mưa vẫn còn

đó   Trên tháng năm mỏi   mong   tình còn trong nỗi

lo   Ngày tình còn xanh lời yêu xin giữ trên môi

người Ngày nào tình xa   ta vẫn xin yêu mãi một   đời

Scents of Yesteryear

Original Song: Hương Xưa
Author: Cung Tiến
Translated by VuongThanh

O Friend, an evening with gentle golden rays of sunshine,

do you dream a faraway dream?

O Friend, the road to the home village's very far, across several rivers

Still there, are the sound of the bamboo trees lullabying in the wind

Still there, are the shades of the banyan trees for lover's rendezvous

Still there, are the starlit nights

with the soul immersed in the music of the flute...

O Friend, I still remember those long ago afternoons

with the butterflies by the lake

O Friend, I still hear the gentle and sad lullabying of folk verses

Still there, in my memories,

the sounds of the silk-producing spinning loom

Still there, in my memories,

the kites flying lazily in the sky

How many lifetimes are enough to say the words of love?

Alas, many long nights, my soul still dreams of some lifetime long ago

In the misty rain, listening to the Tang verses, feeling despondent

Người ơi, một chiều nắng tơ vàng hiền hòa hồn có mơ xa?
Người ơi, đường xa lắm con đường về làng dìu mấy thuyền đò
Còn đó tiếng tre êm ru
Còn đó bóng đa hẹn hò
Còn đó những đêm sao mờ hồn ta mênh mông nghe sáo vi vu

Người ơi, còn nhớ mãi trưa nào thời nào vàng bướm bên ao
Người ơi, còn nghe mãi tiếng ru êm êm buồn trong ca dao
Còn đó tiếng khung quay tơ,
Còn đó con diều vật vờ
Còn đó, nói bao nhiêu lời thương yêu đến kiếp nào cho vừa

Ôi, những đêm dài hồn vẫn mơ hoài một kiếp xa xôi
Buồn sớm đưa chân cuộc đời
Lời Đường Thi nghe vẫn rền trong sương mưa

If in my heart, passion should ever fade

But the two chord fiddle still loves the classical music,

The "Moonlight Sonata" melody still loves the Cô-tô city

Thus, in a dream, my soul can still hear

in the music feelings of vague waiting.

And I still love for eternity the lady Quỳnh Như of those olden times.

Alas, the long nights, my hearts still dreams a dream of whom

Even though promises have already been forgotten

The Golden Age, so long ago, had faded into oblivion

Wating until when for a reincarnation of My Beloved?

Life starts from those early, primitive nights

Peaceful like the shade that the park trees at high noon provide

Now, life's shattering into nothingness

Death fills each grave with revenge and hatred

Blood and bones spilled over many autumns...

O Friend, which evening will have

gentle golden sunshine warming people's hearts everywhere?

O Friend, which evening will autumn arrive

for me to pick the falling leaves?

When will Love be imprinted on our lips?

When will people love people and live peacefully together?

Making Life full of joy like the singing together of lovers...

Making Life full of joy like the singing together of lovers...

Dù có bao giờ lắng men đợi chờ
Tình Nhị Hồ vẫn yêu âm xưa
Cung Nguyệt Cầm vẫn thương Cô-tô
Nên hồn tôi vẫn nghe trong mơ tiếng đàn đợi chờ mơ hồ
Vẫn thương muôn đời nàng Quỳnh Như thuở đó

Ôi, những đêm dài hồn vẫn mơ hoài một giấc ai mơ
Dù đã quên lời hẹn hò
Thời Hoàng Kim xa quá chìm trong phôi pha
Chờ đến bao giờ tái sinh cho người

Đời lập từ những đêm hoang sơ
Thanh bình như bóng trưa đơn sơ
Nay đời tan biến trong hư vô,
chết đầy từng mồ oán thù.
máu xương tơi bời nhiều mùa thu ...

Người ơi, chiều nào có nắng vàng hiền hòa sưởi ấm nơi nơi?
Người ơi, chiều nào có thu về cho tôi nhặt lá thu rơi?
Tình có ghi lên đôi môi
Sầu có phai nhòa cuộc đời
Người vẫn thương yêu loài người và yên vui cuộc sống vui.
Đời êm như tiếng hát của lứa đôi,
Đời êm như tiếng hát của lứa đôi...

The Two Colors of the Bleeding Heart Flower

Original Poem: Hai Sắc Hoa Ti Gon, published: 1930s
Author: T.T.Kh
Translated by VuongThanh

One autumn, long ago, at every sunset

I would pick fallen petals and not feel sad.

Sun rays tinge my long tresses of hair,

while waiting for him to come with love.

He often seems aloof, gazing at the road

to a distant horizon shrouded in mist and danger.

Fingers touching tendrils of white flower;

his face melancholy, his mind wanders...

He often caresses my locks of hair,

and sighs heavily when I'm feeling gay,

saying "Tigon flower looks like a broken heart,

I'm afraid our love would end up like that."

At the time, I didn't understand

that tattered flowers means parting of lovers.

I said smilingly, "The flower's white color

symbolizes the untainted, unchanging heart."

Một mùa thu trước mỗi hoàng hôn
Nhặt cánh hoa rơi cảm thấy buồn
Nhuộm ánh nắng tà qua mái tóc
Tôi chờ người đến với yêu đương

Người ấy thường hay ngắm lạnh lùng
Dải đường xa vút bóng chiều phong
Và phương trời thẳm mờ sương, cát
Tay vít dây hoa trắng chạnh lòng

Người ấy thường hay vuốt tóc tôi
Thở dài trong lúc thấy tôi vui
Bảo rằng: "Hoa, dáng như tim vỡ
Anh sợ tình ta cũng thế thôi!"

Thuở ấy nào tôi đã hiểu gì
Cánh hoa tan tác của sinh ly
Cho nên cười đáp: "Màu hoa trắng,
Là chút lòng trong chẳng biến suy!"

Didn't know that when one person is leaving,
the life of another would be half missing.
Under this blue sky, love in my heart is dead.
He's so far away, I'm so sad
on a joyful day with firecrackers strewn on the streets.

Since then, autumn comes and autumn goes...
How long will my heart stays in frost?
My husband knows that I still yearn for another,
so he treats me with indifference and chilliness of winter!

I still walk on the side lane of life,
Beside the bland love of husband of mine.
But as each autumn, each autumn is dying off,
Shadow of My Love still haunts my heart.

So sad, today I read a novel
Heard everyone compare the Tigon flower
Red like a heart broken,
Red like lover's blood crimsoned.

I remember he once said to me
on an autumn day so long ago.
Now I understood, it's too late.
I had erred and lost the chance
 to live wih my heart mate

Đâu biết một đi một lỡ làng,
Dưới trời đau khổ chết yêu đương
Người xa xăm quá! Tôi buồn lắm,
Trong một ngày vui pháo nhuộm đường...

Từ đấy, thu rồi, thu lại thu
Lòng tôi còn giá đến bao giờ
Chồng tôi vẫn biết tôi thương nhớ
Người ấy, cho nên vẫn hững hờ

Tôi vẫn đi bên cạnh cuộc đời
Ái ân lạt lẽo của chồng tôi,
Mà từng thu chết, từng thu chết
Vẫn giấu trong tim bóng một người

Buồn quá! Hôm nay xem tiểu thuyết
Thấy ai cũng ví cánh hoa xưa
Nhưng hồng tựa trái tim tan vỡ
Và đỏ như màu máu thắm pha!

Tôi nhớ lời người đã bảo tôi
Một muà thu trước rất xa xôi..
Đến nay tôi hiểu thì tôi đã
Làm lỡ tình duyên cũ mất rồi!

I dread autumn evenings with pale sun rays
The cold wind brings memories of a cloudy day
He waits for a boat to cross the river
Since then, our lives have gone their separate paths forever...

If he knows that I'm married
O Heaven! Would he be in sorrow?
Would he think of all those tattered flowers
Like broken hearts, like lover's red blood?

Tôi sợ chiều thu nhạt nắng mờ
Chiều thu hoa đỏ rụng. Chiều thu
Gió về lạnh lẽo chân mây vắng
Người ấy sang sông đứng ngó đò

Nếu biết rằng tôi đã lấy chồng
Trời ơi! Người ấy có buồn không
Có thầm nghĩ tới loài hoa vỡ
Tựa trái tim phai, tựa máu hồng.

Bleeding-Heart Flowers
Photo by Yoksel Zok on Unsplash

The Harp with Thousands of Melodies

Original Poem: Cây Đàn Muôn Điệu, published: 1930s
Author: Thế Lữ
Translated by VuongThanh

I'm a wandering traveler

Journeying for fun across the roads of life.

Finding sensation in tearful sorrows and joyous smiles,

in difficult and happy times,

and during great endeavours or dreams of love.

I love Life together with all its miseries,

its heart-tearing stories, its gentle melodies,

its savage wilderness or splendid monuments.

You said: "my nature's so inconstant

Not focused about anything. No ideals."

But who cares:

I am just an infatuated person in love,

desiring Beauty in all its shapes and forms.

I borrow the brush of Lady Ly Tao to paint,

and with the ten-thousand-melody harp to play,

I sing about the Beauty of Melancholy, of Infatuation, of Innocence

of Nobleness, Faithfulness and Bravery,

of the high mountains and wide rivers,

of human idealism, of poetry and classic literature.

Tôi là người bộ hành phiêu lãng

Đường trần gian xuôi ngược để vui chơi

Tìm cảm giác hay trong tiếng khóc, câu cười,

Trong lúc gian lao, trong giờ sung sướng,

Khi phấn đấu cũng như hồi mơ tưởng.

Tôi yêu đời cùng với cảnh lầm than,

Cảnh thương tâm, ghê gớm, hay dịu đàng.

Cảnh rực rỡ, ái ân hay dữ dội.

Anh dù bảo: tính tình tôi thay đổi,

Không chuyên tâm, không chủ nghĩa: nhưng cần chi?

Tôi chỉ là một khách tình si

Ham vẻ Đẹp có muôn hình, muôn thể

Mượn lấy bút nàng Ly Tao tôi vẽ,

Và mượn cây đàn ngàn phím, tôi ca

Vẻ đẹp u trầm, đắm đuối, hay ngây thơ,

Cũng như vẻ Đẹp cao siêu, hùng tráng

Của non nước, của thi văn, tư tưởng.

I sing about the graceful form of a beautiful woman,

the vibrant rays of spring sunshine,

the gloominess of a dark, rainy day,

the grandeur of sky-high ocean waves,

the beauty of spectacular mount'n falls,

the fragility of a flower in bloom,

the miseries of those living in muddy homes,

the nostalgically haunting haziness of an enchanted dream,

the eager enthusiasm to compete in life to win.

All these I love and more, and search for.

I praise with words of encouragement and Love.

I'm willing to feel heartache by the pain in a mournful cry,

and share sighs with a young girl's vague longings.

My soul soars with the sound of the flute playing.

I feel peaceful with the enchanted sounds of temple bells,

and with my Poetry Goddess.

I have a music instrument with ten thousand melodies,

a paint brush that can paint millions of color.

I want to be a magical artist,

using Life, its voices and images as my materials.

Dáng yêu kiều tha thướt khách giai nhân;

Ánh tưng bừng linh hoạt nắng trời xuân;

Vẻ sầu muộn âm thầm ngày mưa gió;

Cảnh vĩ đại, sóng nghiêng trời, thác ngàn đổ;

Nét mong manh, thấp thoáng cánh hoa bay;

Cảnh cơ hàn nơi nước đọng bùn lầy;

Thú sán lạn mơ hồ trong ảo mộng;

Chí hăng hái đua ganh đời náo động:

Tôi đều yêu, đều kiếm, đều say mê.

Tôi sẵn lòng đau vì tiếng ai bi,

Và tôi cảm khái bởi những lời hăng hái.

Tôi ngợi ca với tiếng lòng phấn khởi,

Tôi thở than cùng thiếu nữ bâng khuâng,

Tôi véo von theo tiếng sáo lưng chừng,

Tôi yên ủi với tiếng chuông huyền diệu,

Với Nàng Thơ, tôi có đàn muôn điệu;

Với Nàng Thơ, tôi có bút muôn mầu:

Tôi muốn làm nhà nghệ sĩ nhiệm mầu

Parting Farewell Poem

Original Poem: Tống Biệt Hành, published: 1940s
Author: Thâm Tâm
Translated by VuongThanh

Our parting farewell was not across the river
Yet, the sound of waves are In my heart
The evening light not crimson red, nor dark yellow
Yet, my friend's clear eyes are full of sunset

I accompanied my friend to the departing place
He'd said goodbye to his family, pretending to be unconcerned
Departee! O Departee! The small road
If aspirations not met, hands empty,
then the words "return home" will never be said!
Even for three long years, aging Mom should not expect!

I know that he was sad the evening before
Now's summer, the lotus flowers have bloomed
One sister, two sisters are like lotus flowers
Advising their brother with tears in their hearts.

I know that he was depressed this morning
Now's not yet autumn, nature's vibrantly joyful
The young innocent girl with soft brown liquid eyes
Putting her love for him in the handkerchief...

Đưa người, ta không đưa qua sông
Sao có tiếng sóng ở trong lòng?
Bóng chiều không thắm, không vàng vọt
Sao đầy hoàng hôn trong mắt trong?

Đưa người ta chỉ đưa người ấy
Một giã gia đình một dửng dưng...
Ly khách! Ly khách! Con đường nhỏ
Chí lớn chưa về, bàn tay không
Thì không bao giờ nói trở lại!
Ba năm mẹ già cũng đừng mong!

Ta biết người buồn chiều hôm trước:
Bây giờ mùa hạ sen nở nốt,
Một chị, hai chị cũng như sen
Khuyên nốt em trai dòng lệ sót.

Ta biết người buồn sáng hôm nay
Trời chưa mùa thu, tươi lắm thay
Em nhỏ ngây thơ đôi mắt biếc
Gói tròn thương tiếc chiếc khăn tay...

He departed? Oh yes, he really departed!

Rather Mom's like a leaf flying away,

Rather his sister's like a speck of dust,

Rather his girlfriend: an intoxicating scent of wine.

Người đi? Ừ nhỉ, người đi thực!

Mẹ thà coi như chiếc lá bay

Chị thà coi như là hạt bụi

Em thà coi như hơi rượu say

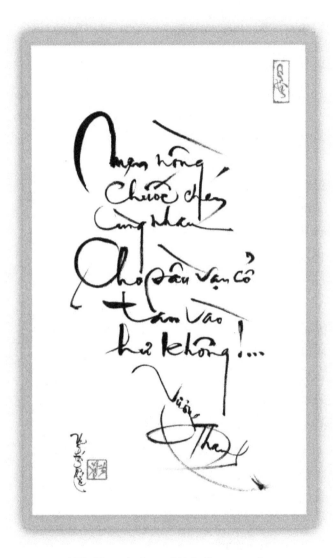

VT's Translation of Li Bai's verses in
"Invitation to Drink"

Verse Calligraphy by Artist Văn Tấn Phước

Parting Farewell

Original Poem: Tống Biệt, published: 1920s
Author: Tản Đà
Translated by VuongThanh

Cherry blossom leaves

falling...

Scattered on the trail,

away from fairyland.

The brook flows a parting melody,

The birds chorus a sad goodbye...

Half a year of living with the fairy maidens,

One small footstep to return to the earthly sun

An old promise,

a love unfulfilled,

it will all soon be but a dream.

Rocks become worn, mosses turn jaded green

The river's ever flowing, the flowers ever drifting

The cave's entrance,

the mountaintop

will be just a legend.

Thousands of years passed,

the moon idly casts a shadow

on the once enchanted grounds...

Lá đào rơi rắc lối thiên thai

Suối tiễn oanh đưa luống ngậm ngùi!

Nửa năm tiên cảnh,

Một bước trần ai,

Ước cũ duyên thừa có thế thôi.

Đá mòn, rêu nhạt,

Nước chảy, huê trôi

Cái hạc bay lên vút tận trời!

Trời đất từ đây xa cách mãi.

Cửa động,

Đầu non,

Đường lối cũ,

Ngàn năm thơ thẩn bóng trăng chơi...

The Nameless Heroes

Original Song: Anh Hùng Vô Danh
Music: Văn Tấn Phước, Poem: Nguyễn Ngọc Huy
Translated by VuongThanh

They are the heroes with no records of age and name.

They lived quietly in the dark backstage,

and never enjoyed the glories of fame.

But they're courageous and helped built the homeland to the utmost.

They are the people of many centuries ago.

They cut down the forests, paved the roads though the mountains.

Cultivated and grew plants on uninhabited, desolate regions,

turning them into a populous and fertile land.

They are those who do not mind the long travail ahead.

Braving the great distance, they crossed many mountains,

to silently prepare for a life of aloneness,

in the Southward March to expand the Motherland.

When the motherland's shaking

under the trampling boots of the greedy invaders,

they are those who will jump into the smoke and fire,

and sacrifice their lives to defend Freedom for the Motherland.

In battle, they're not afraid of dying.
They laugh at dangers, and endure wartime hardships.
Those who're unfortunate met dreadful deaths.
Those who live keep their faithful hearts unchanged.

When the homeland's out of danger
They'll steadfastly refuse profit and glory
They put down their swords and return to their hometowns
To live in quiet darkness.

They are the heroes with no records of age and name.
In times of war as well as in times of peace,
they are the courageous and sacrificing spirits,
committed to devote their lives to the Motherland.

Even though their contributions are not recorded in history books,
even though they are not listed in the halls of fame,
even though their graves are forgotten and untended,
with no one coming to visit and pay respects,

But their blood had spread into the roots of the earth,
their flesh and bones mixed with the mountains and rivers,
and their noble, endurant, and sacrificing spirits,
had united to become the Soul of the Vietnamese race.

Anh hùng vô danh

Thơ Đằng Phương Nguyễn Ngọc Huy
Nhạc Văn Tấn Phước

Paris, Paris

Original Song: Paris, Paris
Author: Văn Tấn Phước
Translated by VuongThanh

A hundred years, the Eiffel tower

reflects itself in the Seine river.

Throughout the year, tens of thousands of visitors

bustle about the vibrant city

to watch the sights and sceneries.

Paris, counting your footsteps, my Darling,

on the Latin street,

Paris, your long hair flies in the wind,

Paris, the coffee shop, Saint Germain,

where we have our first together drinks.

Paris, with Mona Lisa

showing a gentle smile

On the high hill Sacré Coeur,

many artists passing by.

This side is the Opéra

with elegantly dressed people.

That side is the Rue Mouffetard,

Lively, happy and sad with clochards.

Paris remembers Quasimodo

who loves Esmeralda

Throughout the year,
the bells reverberate with sadness.

Paris is full of your footsteps.
Darling, do you remember,
on the love bridge, Mirabeau,
that day, we met each other.

Paris Champs Elysées, so beautiful
The Luxembourg park,
a rendezvous place for morning and noon
If you come to visit Beaubourg,
the streets are crowded with people,
but don't forget Bastille,
it still contains many landmark signs of history...

Paris, the Eiffel tower,
devoted to the Seine river
Throughout the year,
tens of thousands of visitors
bustle about the vibrant city
to watch the sights and sceneries.

Paris, counting your footsteps, My Darling.
On the Love Bridge Mirabeau,
Darling, do you remember,
since that day, we love each other.

PARIS, PARIS

Valse: ♩=160

Nhạc và lời: Văn Tấn Phước

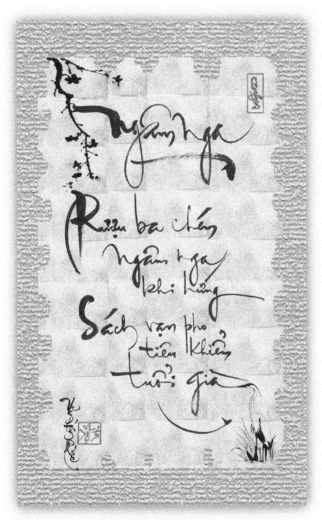

Three cups of wine for Viet-style-singing of poetry when inclined
Ten thousand volumes of book to entertain age past mid-life

Verse Calligraphy by Văn Tấn Phước

What Are You, Darling?

Original Poem: Anh Là Gì?
Author: Mục Tú
Translated by VuongThanh

Darling, you're not the moonlight
Why do I keep wishing it will remain full moon's night.
The full moon, so clear and pure,
with its creamy shadow
lying in the lake with an ethereal glow.

Darling, you're not the shade tree
Hugging autumn winds in you slumber
Resting my head on the soft grass,
I close my eyelids and dream of summer.

Darling, you're not the tears of raindrops
sobbing for a love unfulfilled.
Your message, intimate and caressingly soft,
brings back memories of the heart's thrills.

Darling, you're not a bedtime story
to keep me awake, dreaming of who is he.
My heart's candle still burning half bright
Verses of love shedding heart's tears in the night...

Darling, you're not an autumn wind
to blow the withered leaves into the mount'n streams.
I'm like a small, singing brook
waiting for the last leaf to fall into my dream.

Anh có phải đâu là ánh trăng
Sao lòng ao ước mãi đêm rằm
Nguyệt tròn vằng vặc soi thanh khiết
Gương sáng hồ trong trải mộng nằm.

Anh có phải đâu là bóng cây
Ôm tình thu ngủ giữa trời mây
Ngả đầu lên cỏ nhung êm mượt
Em khép mi mơ giấc thật đầy

Anh có phải đâu giọt lệ mưa
Sụt sùi rơi ướt mảnh tình thưa
Lời như chan chứa như gần gũi
Lòng mãi vọng buồn ký ức xưa.

Anh có phải đâu chuyện đêm buồn
Chiếu chăn trằn trọc vắng người thương
Ngọn nến tâm hồn còn cháy dở
Cho dòng thơ lệ mãi dầm tuôn

Anh có phải đâu ngọn thu phong
Trở màu lá úa héo hon lòng
Để em dòng suối reo chờ đợi
Chiếc lá cuối cùng se sắt đông.

A Song for My Love

Original Song: Tình Khúc Cho Người
Music: Nguyễn Hoàng Đô, Poem: Nguyễn Minh Các
Translated by VuongThanh

Evening arrives, coloring the sky horizon with purple

Following the path of a bird in lone flight,

I send words of longings

To my love... faraway...

O My Love, when the night shadow's falling

In my waking dreams, I silently call your name

Do you still remember the love song

That we use to sing together

On those foggy autumn nights.

And our promises to always be by each other's side

And forget the sorrows and pains in this world.

Many years, there's a person still waiting

In the middle of the night

With tears in his eyes.

Alas, My Love, you're really gone!

How can we ever be together

Like the "Ngâu" rains,

Like star-crossed lovers,

The currents of Life separate us forever.

Chiều... nhuộm chân trời tím
Dõi mắt nhìn cánh chim bay
Thầm nhắn về chốn xa xôi
Chút tình đến bên người xưa

Chiều... vội đi về đâu
Rơi rớt hạt nắng mong manh
Chìm khuất về cuối chân mây
Chỉ còn mình ta với ta ...

Em yêu ơi khi màn đêm về
Trong cơn mê anh gọi tên người
Còn đâu khúc nhạc buồn chơi vơi
Khi mùa thu đến trăng buông lơi
Như lời thề ta luôn bên nhau
Quên đi thương đau ...

Bao năm qua có người mong chờ
Trong đêm thâu mắt lệ hoen mờ
Người đã xa rồi tìm nơi đâu
Khi tình xuân đến chưa bao lâu
Ôi đời ngăn cách như mưa Ngâu
Chia lìa tình ta với người ...

Tình khúc cho người

(Thơ : Nguyễn Minh Các)

Nhạc : Nguyễn hoàng Đô (06/2017)

Glass of Wine for My Heart Friend

Original Poem: Chung Rượu Tri Âm
Author: Thiên Di
Translated by VuongThanh

Here's a glass of wine for you, my heart friend and love,
Let's get drunk together even if just this one night.
Drink up this glass, then another glass,
with the golden moon lying inside,
to empty the bitterness and pains in our lives...

O my love, I suddenly want to weep,
My eyes're filled with tears from drinking our parting wine.
We're two poor souls in an earthly inn,
Sharing a thin blanket in a night of loving dreams.

O My Love, the moon's disappearing.
The wine's filled with parting sorrow.
You're leaving tomorrow.
Don't know when we'll see each other again.
Glistening dewdrops suffused with fragrant incense...

For you, my love, I pour this glass of wine
with the beautiful golden moon lying inside.
Let its warmth lift your spirit to the stars,
And the melody of love fill the quiet night sky
And the universe in a state of enchanted delight.

Đây chung rượu xin rót mời tri kỷ
Say cùng em dù chỉ một đêm nay
Uống ly này, ly nữa cạn đắng cay
Say dốc hết trăng vàng vào chén ngọc

Này tri kỷ bỗng dưng em muốn khóc
Chén ly bôi ướt suối tóc hồng nhan
Trọ trần gian hai áo vải cơ hàn
Chăn chiếu mỏng gối đầu tràn đêm mộng

Kìa tri kỷ, trăng đã dường chếch bóng
Rượu tương giao như đọng cả mối sầu
Mai tiễn người ly biệt biết bao lâu
Hương trầm quyện muôn giọt sương lóng lánh

Em rót rượu mời chàng chung nguyệt lạnh
Ấm môi thơm cho chạnh đến muôn sao
Cung đàn thương ngân vọng đến trời cao
Để say đắm giao hòa cùng vũ trụ.

You Come From Millenniums Ago

Original Song: Em Đến Từ Nghìn Xưa
Author: Trịnh Công Sơn
Translated by VuongThanh

I can still see you

in a crowd of strangers

since you reveal in your eyes

a passionate love for life.

I can still see you

in a crowd of strangers

since in those eyes,

there's friendship and homeland.

You have come to our homeland

some millenniums ago,

appearing as you are now.

I can still see you

in a crowd of strangers

since you're like a white bird,

coming out from an ancient copper drum's engraving.

I can still see you

in a crowd of strangers

since you're like flowers,

blooming in Serene Nature.

Tôi vẫn nhìn thấy em
Giữa đám đông xa lạ
Vì em mang trong mắt
Nỗi yêu đời thiết tha
Tôi vẫn nhìn thấy em
Giữa đám đông xa lạ
Vì trong đôi mắt đó
Có quê hương bạn bè

Em đã đến giữa quê hương
Có những nghìn năm xưa
Hoá thân em bây giờ
Nên tôi vẫn nhìn thấy em
Giữa đám đông xa lạ
Vì em như chim trắng
Giữa trống đồng bước ra
Tôi vẫn nhìn thấy em
Giữa đám đông xa lạ
Vì em như hoa lá
Giữa thiên nhiên hiền hòa

Tears of Stone

Original Song: Lệ Đá
Music: Trần Trịnh, Lyrics: Hà Huyền Chi
Translated by VuongThanh

Ask the stone covered with moss ... how long it's been

Ask the wandering wind... how many skies it has seen

Ask the long nights... the pale yellow street lights

Love! Love now is just tears... in my heart

And flashes of longings for the times that were past.

At the time, I was like a bird lost from its flock

Wings outstretched... flying alone in the sunset,

And wish that ... the sky will not bring storms

To help strengthen our love bonds,

To turn the months and days

into a stream of intoxicating poetry and romance.

Chorus: Love... had soared its wings and flies away

Just like flowers... bringing honey... to life

I still cherish the memories of times past

But do you, do you still remember... anything, My Love!

Your dress's color of sky blue... so innocent those days

Hidden from sight in the rain... rain soaking wet

Reading an old letter fills my heart with a world of regrets

I long for your lips... and the color of your eyes

By the trysting brook, with the mountain moonlight.

Hỏi đá xanh rêu ... bao nhiêu tuổi đời
Hỏi gió phiêu du ... qua bao đỉnh trời
Hỏi những đêm sâu ... đèn vàng héo hắt
Ái ân ... bây giờ là nước mắt
Cuối hồn một ... thoáng nhớ mong manh

Thuở ấy tôi như ... con chim lạc đàn
Xoải cánh cô đơn ... bay trong chiều vàng
Và ước mơ sao ... trời đừng bão tố
Để yêu thương ... càng nhiều gắn bó
Tháng ngày là ... men say nguồn thơ

Điệp khúc: Tình yêu ... đã vỗ ... cánh rồi
Là hoa ... rót mật ... cho đời
Chắt chiu ... kỷ niệm ... dĩ vãng
Em nhớ gì ... không em ơi !

Mầu áo thiên thanh ... thơ ngây ngày nào
Chìm khuất trong mưa ... mưa bay rạt rào
Đọc lá thư xưa ... một trời luyến tiếc
Nhớ môi em ... và màu mắt biếc
Suối hẹn hò ... trăng xanh đầu non

Thinking of Mỵ Châu While Looking At Bow and Arrow

Original Poem: Nhìn Cung Tên Nhớ Mỵ Châu
Author: Đặng Lệ Khánh
Translated by VuongThanh

In the last moment of your life, O Beloved Mỵ Châu
What do you see when red blood's pouring out
The sky's very blue and the sunshine also very clear
The clouds stop breathing and quietly listen to your soul weeping

The ever-rolling sea waves take in your streams of tears
The sea moss raises your jade arms still clinging to earthly life
Close your eyes, my dear Mỵ Châu, and forget the pain
You've been beguiled as you were so trusting in Love

The rose petals in the heart are still fresh
The dewdrops still shine on the marks of love vows
Which pain is it that, following the arterial blood veins,
Pours onto the sand and dissolves into the vast sea.

Those treacherous deceptions, how can you understand
Your innocent heart's clear and bright like shining glass
The insidious plots, and the sweet, loving words
Wrap around your sheltered life with fragrant silk and velvet

Phút cuối đời hỡi Mỵ Châu yêu dấu

Em thấy gì khi máu đỏ trào dâng

Trời rất xanh và nắng cũng rất trong

Mây ngưng thở im nghe hồn Em khóc

Sóng dào dạt hứng từng dòng nước mắt

Rong còn nâng tay ngọc vướng hồng trần

Nhắm mắt đi Em, quên nỗi thương thân

Em chất ngất tin yêu và mê đắm

Những nụ hồng trong trái tim còn đậm

Những giọt sương còn in dấu thề nguyền

Nỗi đau nào theo dòng máu triền miên

Thấm trên cát hòa tan cùng biển tận

Những lừa lọc làm sao Em hiểu được

Lòng thơ ngây trong sáng ánh thủy tinh

Những tính toán, những ngọt ngào mưu chước

Bọc quanh Em gấm lụa với hương thanh

Thousands of goose feathers flying under the sky
Which feather floating on the wind wraps around your soul
In the midst of war drums shaking the earth,
Do your hear a voice in distress calling out your name?

O Mỵ Châu, I'm thinking of you with compassion and regret
Which well water can erase the pain in your heart
The green jade, absorbing your blood, is filled with sorrow
Lying silently in the soul of the pearl oysters.

Ngàn lông ngỗng nhẹ bay cùng trời đất
Có chiếc nào theo gió cuộn hồn Em
Giữa chiêng trống giặc thù reo dậy đất
Em có nghe ai đau đớn gọi tên

Ơi Mỵ Châu ngậm ngùi ta tưởng tiếc
Nước giếng nào xóa được hết niềm đau
Thấm máu đào ngọc biếc cũng buồn theo
Nằm ngậm kín trong hồn loài ốc dại

Em và Quỳnh Hoa
Painting by Artist Nguyễn Sơn

From the 6-8 Folk Verses, She Steps Out

Original Poem: Em từ lục bát bước ra
Author: Đặng Lệ Khánh
Translated by VuongThanh

From the six-eight folk verses, she steps out into the world (*)

Soft hair hurriedly brushed, dress still rumpled

A strand of fresh grass caught her toes

Hands holding a few uncompleted, broken-hearted songs of Love

When she smiles, it's like the moon goddess breathing on the
           mountaintop

When she departs, the grapefruit fragrance quietly creeps into poetry

From her presence, the verses sway gracefully

From her presence, the music notes dance happily

Night by night, gazing at the sky

The stars dim, the fishes dive, the spider webs remind of home...

From the six-eight folk verses, she steps out into the world

Her lullaby's filled with nostalgia of the sweet long ago days

(*) six-eight: a popular Vietnamese poetry form

Em từ lục bát bước ra

Tóc mềm quấn vội, áo là chưa tươm

Gót chân vương ngọn cỏ thơm

Tay ôm mấy khúc đoạn trường dở dang

Em cười, trăng thở đầu non

Em đi, hương bưởi khẽ luồn vào thơ

Từ Em, sáu tám đong đưa

Từ Em, mấy nốt nhạc đùa à ơi

 "Đêm đêm ra đứng nhìn trời

Sao mờ, cá lặn, nhện khơi nổi nhà ..."

Em từ lục bát bước ra

Ca dao thấm đẫm mượt mà thời qua

A lullaby resounding in her mind from childhood years
On grandma's shoulders she rests,
Her mind filled with the gentle "ạ ời" lulling sounds
Grandma gently pats her back
In comforting warmth, she falls into deep slumber.

From the six-eight folk verses, she smiles
With a wave of the hand, she spreads simple poetry lines
Floating on the creaking crib of olden years
Flowing with the verses, the night gradually disappears...

Lời ru từ thuở ấu thơ
Trên vai cháu tựa, chị đưa ạ ời
Vỗ lưng bé bỏng tuyệt vời
Giữa khuya tĩnh lặng ấm hơi ngủ vùi

Em từ lục bát mỉm cười
Thả tay rải những ý lời đơn sơ
Bồng bềnh kẽo kẹt nôi xưa
Theo câu sáu tám đêm là đà vơi...

Painting by Artist Nguyễn Sơn

Evening Melody

Original Song: Cung Chiều
Author: Nguyễn Minh Châu
Translated by VuongThanh

Counting footsteps as the autumn leaves falling

You see me off on a journey,

with the clouds and wind beckoning

The road home still yet too far

We look at each other, words failing us

Evening passed by with the sunset

My heart's hanging with love for you...

Our eyes have left each other for a while

But a vision of you already in my soul.

I feel sad with longings

No more is your sweet voice,

so gently soft and lighthearted.

No more are the moments

when we enjoy beautiful music together...

Autumn night, a misty haze gathers

Rain falling, each raindrop descending hurriedly,

touching a buried sorrow in my heart,

invoking aching yearnings for you...

My heart's dissolving...

From afar, the city sleeps peacefully
I wish for you to have a gentle dream
I dream of those tranquil days,
walking with you on the terrace.
I was immersed in simple happiness,
that I always thought was like a dream.

Cung Chiều

Nguyễn Minh Châu

Đêm bước trong lá vàng rơi người tiễn ta đi mây gió gọi
Mắt đã rời nhau từ lâu hình bóng ai kia nhung nhớ gieo

mời Đường về còn quá xa vời nhìn nhau không nói nên lời chiều qua ngang mắt buông
sầu Còn đâu giọng nói ngọt ngào hiền ngoan không vướng ưu sầu còn đâu những phút bên

lơi tình ta sao mãi chơi vơi
nhau cùng say sưa khúc ly tao

Đêm thu làn sương xuống vây quanh Mưa rơi từng giọt nước rơi

nhanh chạm vào nỗi sầu kín trong tim ngút ngàn gọi lòng

nhớ ai đi nhớ thương vô vàn mà hạnh phúc nghe như dần tan!

Thắp thoáng thành phố ngủ yên cầu chúc cho ai say giấc mơ

hiền mộng về ngày tháng êm đềm cùng ai dạo bước bên

thềm chim trong hạnh phúc đơn sơ mà ta luôn ngỡ như mơ

The Silicon Band
19/10/2016

160

The Four Seasons in Your Eyes

Original Song: Bốn Mùa Trong Mắt Em
Author: Nguyễn Hoàng Phương
Translated by VuongThanh

O Darling Girlfriend of mine

In your eyes, I see springtime

with butterflies dancing amidst flowers.

In your eyes, I also see the colors of summer,

golden sun rays shining on the treetops...

Lying on the grass,

I listen to the wind singing...

Light rain drizzling,

Droplets of rain falling on your eyelashes

Making your eyes sparkle...

I suddenly feel sad like the rain

You have taken my heart

To a dreamland far away...

I see in your eyes the scent of autumn

Leaves falling, like autumn's floating verses

I see in your eyes the frost of winter

Sometimes you're close but seem so far away...

With gentle footsteps, I follow winter
into your dreamy eyes,
and feel the warmth of love rising inside...

Do you know that your eyes sing a lullaby,
giving hope and tranquility to my life.

I gather the clouds drifting in the distant horizon
and weave them, so daydreams are always in your vision
I also bring the ten thousands of twinkling stars
and the bright moon in the high heavens into your eyes...

Then, I bring the early morning sun rays not yet mixed with earthly
        dust
And the sparkling dewdrops just before sunrise, as pure as dreams
And the vastness of the blue sky
And Love and Peace to lay into those eyes...

BỐN MÙA TRONG MẮT EM

Nguyễn Hoàng Phương-2017

Ta nghe trong ánh mắt ấy mùa xuân, cánh hoa mỏng
...ánh mắt ấy mùa thu, lá thu vàng

manh vờn đôi cánh bướm. Xôn xao trong
rơi mùa thu thênh thang Ta nghe trong

ánh mắt ấy hè sang, nắng lên hàng cây nằm nghe gió
ánh mắt ấy mùa đông, có khi vừa gần lại vừa như

hát. Nhè nhẹ mưa bay, mưa vương bờ
xa. Nhẹ nhàng ngu ngơ ta theo mùa

mi làm đôi mắt long lanh buồn nhìn theo cơn mưa, em đưa lòng
đông vào trong mắt ai mơ màng mà nghe ấm áp. Em ru đời...

1.
ta về nơi xa tít mong chờ. Ta nghe trong...

2.
Rồi ta gom
...ta bình yên trong mắt em đó.

hết mây trời lạc cuối chân trời dệt cho đôi mắt em luôn còn mãi
nắng ban mai chưa nhuốm bụi trần, giọt sương ban sớm long lanh thuần khiết

mộng mơ, đem lung linh ngàn sao, trăng thanh trên trời cao vào trong
ước mơ, đem thênh thang trời xanh, đem yêu thương, bình yên vào trong

1.
mắt em. Rồi ta đem...

2.
...mắt ấy.

Memories of Saigon

Original Song: Ký Ức Sài Gòn
Music: Nguyễn Minh Châu, Lyrics: Thu Hương
Translated by VuongThanh

Returned to visit a place of memories,

the form of my old love is nowhere in sight.

My beloved Saigon, so deeply marked

with the ups and downs of Life.

Pale street lights, casting gloomy shadows,

stir affectionate feelings of memories long ago...

I miss the row of tamarind trees

near the end of town.

With many seasons of replacing leaves,

are they still there or had been cut down?

And She!

Is she still there or somewhere faraway?

Saigon with sparkling sunshine and moody rains

On returning, everything seem so different and strange

Suddenly, I feel lonely adrift

The streets of yesteryears are gone

The people of the old towns had moved on

No longer are there any familiar street corners

Where the hellos and goodbyes are said

Nostalgia of the old days filled my heart
I miss the school of yesteryears
Where who's affectionately waiting for who,
are written on the wall.
There's the old Jacaranda tree, quietly missing its youth
Raindrops falling, tinging my eyes
I see myself as I was at a young age
Memories of the old days have never faded.

Saigon of today, the old towns had changed names
Saigon in my heart, years have passed, but I will not forget
Its memories will be with me wherever I go
Time rolls by, stitching and healing a lot of wounds
I still cherish in my heart a faraway dream
Her beloved form will never fade

Saigon of those days...
Forever in Poetry and in My Heart...

Ký Ức Sài Gòn

Nhạc : Nguyễn Minh Châu
Lời : Thu Hương

Về thăm chốn cũ dáng em xưa tìm đâu Sài Gòn yêu
Sài Gòn chợt nắng, có cơn mưa buồn tênh Ngày về lạ

dấu những thăng trầm hằn sâu Vàng hiu hắt bóng những con đường
quá, bỗng nghe lòng chênh vênh Đường xưa đã khép, mất tên rồi

nhòe trong ký ức bao niềm thương Nhớ hàng me cuối phố ta qua
Người nơi phố cũ, theo dòng trôi... Đâu còn những góc phố thân quen

bao mùa thay lá có phai nhòa Người còn đâu
Bao lần đưa tiễn những câu chào Nghẹn ngào niềm

đó hay đã xa

nhớ đan vào nhau

Nhớ ngôi trường cũ tên ai chờ ai ghi trên tường vôi có cây phượng vẫn âm

The Silicon Band
Paris Berlin 14/05/2017

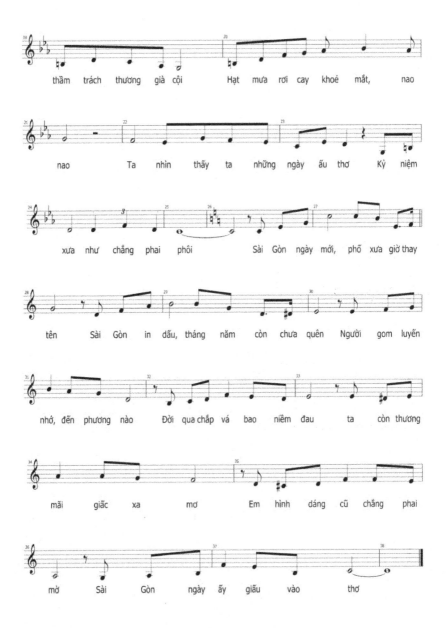

thầm trách   thương già cội   Hạt mưa rơi cay khoé mắt,   nao

nao   Ta   nhìn   thấy   ta   những ngày ấu thơ   Kỷ niệm

xưa như chẳng phai   phôi   Sài Gòn ngày mới, phố xưa giờ thay

tên   Sài Gòn   in dấu, tháng năm   còn chưa quên Người gom luyến

nhớ, đến phương nào   Đời qua chắp vá   bao   niềm đau   ta   còn thương

mãi   giấc   xa   mơ   Em hình dáng cũ chẳng   phai

mở   Sài   Gòn   ngày ấy   giấu   vào   thơ

Buy New Dress

Original Poem: Mua Áo, published: 1930s
Author: Đông Hồ
Translated by VuongThanh

She said, "The dress of yesteryear's now faded,

I no longer wear It when I go out.

When you go to the shops today,

here's money from selling poetry,

to buy me a new one."

He replies, "The cherry blossom brand that you like

Color and style you already said,

but the size, you haven't told me yet.

How long is it, and the waistline: how wide?"

She answers, "O Dear! How cute of you to be asking that

You shouldn't be asking to know dress size

Narrow or wide, your arms had just enfolded

Short or long, I was just standing by your side."

Chiếc áo năm xưa đã cũ rồi,
Em đâu còn áo mặc đi chơi
Bán thơ, nhân dịp anh ra chợ,
Đành gởi anh mua chiếc mới thôi!

- Hàng bông mai biếc màu em thích,
Màu với hàng, em đã dặn rồi
Còn thước tấc, quên! Em chửa bảo:
Kích từng bao rộng, vạt bao dài?

- Ô hay! Nghe hỏi mà yêu nhỉ!
Thước tấc anh còn lựa hỏi ai.
Rộng hẹp, tay anh bồng ẳm đó,
Ngắn dài, người mới tựa bên vai!"

My Revenge

Original Poem: Em Trả Thù, published: 1930s
Author: Mộng Tuyết
Translated by VuongThanh

She says, "O My Darling! I like the life of a poet.
If you please, do teach me how to write poetry?"

He replies, "Sweetheart, don't keep these idle thoughts
Don't daydream, it's just foolishness!
A beautiful angel like you
is already a magnificent poem.
An early sunshine at dawn, a spring breeze
A blooming flower, the moonlight at night.

... A poet, my sweatheart, is actually
a person who follows the angel's shadow.
He dreams, he loves and praises
what you already have in abundance!"

She answers, "But no, I want to learn how to write poetry
to avenge you for ignoring me at times.
During your moments of love's infatuation,
when you come to kiss me, I will push you out.

Then, I will also tell you, "I'm busy composing a poem."
Do you remember you were like that?
The other day, by your side, I just want to be coddled
But you were silent and keep gazing at the moon."

- Anh ơi! Em thích đời thi sĩ
Vui lòng, anh dạy em làm thơ?
- Em đừng chứng chứ, cười anh bảo,
Thơ thẩn gì em, khéo ngẩn ngơ!...

... Một nàng tiên nữ đẹp như em
Là một bài thơ, một quả tim
Là ánh hồng non, là gió lướt
Là hoa xuân thắm, bóng trăng đêm...

... Thi sĩ, em ơi, đó lại là
Người đi theo dõi bóng tiên nga
Ước mơ, yêu thích và ca ngợi
Những cái mà em đã có thừa!

- Nhưng không, em muốn học làm thơ
Để trả thù anh đã hững hờ
Rồi phút say sưa anh có lại
Hôn em, em sẽ đẩy anh ra.

Bấy giờ, em cũng bảo anh rằng:
"Em bận làm thơ", anh nhớ chăng?
Hôm nọ, bên anh em nũng nịu,
Lạnh lùng anh cứ mãi nhìn trăng.

171

The Sound of Piano

Original Song: Tiếng Dương Cầm
Author: Văn Phụng
Translated by VuongThanh

Remember that day when spring just arrived.

There were many swarms of birds singing together

as they glide across the sky.

Butterflies show off their colors

amidst thousands of flowers...

They soar their colorful wings in flight,

and play under the golden sunshine...

Remember that night when Love fills my heart.

Light rain drizzling, wetting my shoulders,

I keep wandering on and on

in search of a music lover.

My feet takes me here...

a place out-of-this-world.

On whose balcony, I hear the music rises

The sound of piano playing,

so beautiful... so heart-touching...

Deep bass... water smooth... crystal clear,

melodious, graceful, affectionate, and ethereal.

The soulful lyrics stirs nostalgic feelings

Nhớ hôm nào mùa xuân mới sang
Muôn bầy chim ca hót vang
Tung cánh nhẹ bay la đà
Bướm khoe màu trên muôn sắc hoa
Chập chờn tung bay thướt tha
Đùa giỡn trong tia nắng vàng

Nhớ đêm nào tình xuân ngất ngây
Mưa phùn rơi rơi ướt vai
Đi mãi tìm ai yêu đàn
Bước chân lạc nơi đây chốn nao
Trên lầu ai kia cất cao
Vang tiếng dương cầm thiết tha

Trầm trầm êm êm thánh thót
Nhịp nhàng khoan thai thắm thiết
Nhạc lòng đưa câu luyến tiếc

Dear Friend, do you still remember?
Chopin for whom writes those heart-rendering melodies
To make the world infatuated with the music of the piano
To make Love gives rise to thousands of verses...

The music of the piano still lingers on
but I'm lost in my own world,
engrossed in a daydream...

Người ơi còn nhớ
Chopin ngày xưa vì ai dệt nên câu nhạc lâm ly
Cho đời say trong tiếng tơ
Cho tình dâng muôn ý thơ
Dù cõi lòng ai mong chờ

Tiếng dương cầm còn vang thiết tha
Riêng mình ta đây với ta
Chìm đắm trong một giấc mơ...

Live to Love
Calligraphy by Artist Văn Tấn Phước

The Last Leaf

Original Song: Chiếc Lá Cuối Cùng
Author: Tuấn Khanh
Translated by VuongThanh

Is the night gone yet, that the sky's hurrying to show its lights

A flock of birds carries the coming season on little wings in flight

An autumn evening, I went to see her off...

Returning home, feeling sad and chilly...

Leaves on tree branches falling,

each leaf gets flown far, far away...

On the night of parting, what sadness keeps you silent.

I only hear you telling me ever so softly,

that it's really late and time for me to go home.

The day was dreary, transporting the evening into night.

I force myself to smile, but my heart's already in tears...

I dream of a night in springtime

You whisper that you love me since that day

The magic boat arrives on a night of clear moonlight,

and we build golden dreams by the riverside...

An ethereal night of moonlight and stars

Stars filling the sky, each twinkling brightly

A poetic mood comes upon me

Taking my soul back to the road of memories...

Đêm qua chưa mà trời sao vội sáng
Một đàn chim cánh nhỏ chở mùa sang
Chiều vào thu tiễn em sầu lạnh giá
Lá trên cành từng chiếc cuốn bay xa

Đêm chia ly buồn gì sao chẳng nói
Chỉ nghe em nói nhỏ trở về thôi
Ngày buồn tênh cũng đưa chiều vào tối
Mím môi cười mà nhớ thương khôn nguôi

Mộng về một đêm xuân sang
Em thì thầm ngày đó thương anh
Thuyền về một đêm trăng thanh
Xây mộng vàng đậu bến sông xanh

Mộng tràn ngập đêm trăng sao
Sao đầy trời từng chiếc lấp lánh
Rồi một chiều xuân thơ trinh
Cho lòng mình về với dĩ vãng

Are we apart yet that my heart's feeling desolate
The road ahead, wide and windy, with just only me
Drunken with wine, but my soul already in frost
Leaves on tree branches,
the last leaf, falling, gets flown far away...

Xa nhau chưa mà lòng nghe quạnh vắng
Đường thênh thang gió lộng một mình ta
Rượu cạn ly uống say lòng còn giá
Lá trên cành một chiếc cuối bay xa

Painting by Artist Nguyễn Sơn

The Girl Next Door

Original Poem: Người Hàng Xóm, published: 1940
Author: Nguyễn Bính
Translated by VuongThanh

Her house's next to mine,

separated only by the spinach vine.

Two persons living in loneliness

She seesm to be like me in her sadness

If the spinach vine wasn't there,

I'll definitely come over and visit her.

I have a gentle dream

A white butterfly often comes to my place

O Butterfly! Please come inside!

Let me ask you just a small question...

"How come she does not smile

when drying the golden silk on the terrace?"

Her eyes often gazes at the sky..."

The white butterfly had returned to her house!

Suddenly, I feel tuggings on my heartstrings

I asked myself, "Is it true that I love her?"

No! If love should fail,

My heart will then be like cold ashes.

Nhà nàng ở cạnh nhà tôi,
Cách nhau cái giậu mồng tơi xanh rờn.
Hai người sống giữa cô đơn,
Nàng như cũng có nỗi buồn giống tôi.
Giá đừng có giậu mùng tơi,
Thế nào tôi cũng sang chơi thăm nàng.

Tôi chiêm bao rất nhẹ nhàng...
Có con bướm trắng thường sang bên này.
Bướm ơi, bướm hãy vào đây!
Cho tôi hỏi nhỏ câu này chút thôi...
Chả bao giờ thấy nàng cười,
Nàng hong tơ ướt ra ngoài mái hiên.
Mắt nàng đăm đắm trông lên...
Con bươm bướm trắng về bên ấy rồi!

Bỗng dưng tôi thấy bồi hồi,
Tôi buồn tự hỏi: Hay tôi yêu nàng?
- Không, từ ân ái nhỡ nhàng,
Tình tôi than lạnh tro tàn làm sao!

She haven't taken her dried silk inside
The white butterfly comes over each day
But the last few days, I haven't seen her
If only I also have golden silk to dry

What is it in me that seems like Longing?
Longing for her? No! Mustn't be longing for her!
Yes, from a love that had its path severed,
My heart still aches and remembers...

Rain had been pouring down
It will be four days today
I feel lonely and sad
When the rain stops, will the butterfly still comes over?

Today, rain has stopped
Golden silks no longer dried, and butterfly lazy to come over
The terrace next door's still missing her shadow
My face down on the table, I sobbed...

I missed the butterfly a lot
I also missed the golden silk
But I will not miss her.

Tơ hong nàng chả cất vào,
Con bươm bướm trắng hôm nào cũng sang.
Mấy hôm nay chẳng thấy nàng.
Giá tôi cũng có tơ vàng mà hong.

Cái gì như thể nhớ mong?
Nhớ nàng? Không! Quyết là không nhớ nàng!
Vâng, từ ân ái nhỡ nhàng,
Lòng tôi riêng nhớ bạn vàng ngày xưa.

Tầm tầm giời cứ đổ mưa,
Hết hôm nay nữa là vừa bốn hôm!
Cô đơn buồn lại thêm buồn...
Tạnh mưa bươm bướm biết còn sang chơi?

Hôm nay mưa đã tạnh rồi!
Tơ không hong nữa, bướm lười không sang.
Bên hiên vẫn vắng bóng nàng,
Rưng rưng... tôi gục xuống bàn rưng rưng...

Nhớ con bướm trắng lạ lùng!
Nhớ tơ vàng nữa, nhưng không nhớ nàng.

Alas! White butterfly, golden silk!
Please return quickly and bear mourning for her
Yesterday, she died.
I'm choking with sobs... I really love her!

"If your soul's still in this world,
Please enter the butterfly and come over!"

Hỡi ơi! Bướm trắng tơ vàng!
Mau về mà chịu tang nàng đi thôi!
Đêm qua nàng đã chết rồi,
Nghẹn ngào tôi khóc... Quả tôi yêu nàng.

Hồn trinh còn ở trần gian?
Nhập vào bướm trắng mà sang bên này!

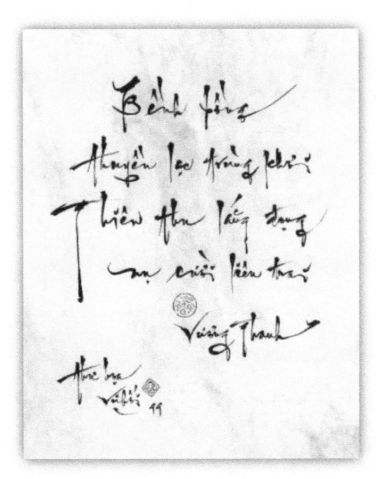

"floating on rippling waves, a boat lost in the far sea
Thousands of years collapsed in a music melody
of an enchanted fairyland smile"

Verse Calligraphy by Artist Vũ Hối

Jealous Love

Original Poem: Ghen, published: 1940
Author: Nguyễn Bính
Translated by VuongThanh

O Darling Girlfriend of mine
I want your lips to form a smile
Only when we're together
And your enchanting eyes
To only gaze at me
when my mind's faraway

I want you not to think of anyone
Don't kiss, even when you see a blooming flower
Don't cuddle with a pillow
when you sleep tonight
Don't go swimming:
The beach today's full of people

I want the scent of the perfume,
that you often use,
not to widely spread.
Not to enchant people on the streets,
even though they're just passing by.

I want, during the cold nights of winter,
Dreams do not, near you, hover
Or else, I want you not to meet
Any young man in your dreams

Cô nhân tình bé của tôi ơi!
Tôi muốn môi cô chỉ mỉm cười
Những lúc có tôi và mắt chỉ...
Nhìn tôi những lúc tôi xa xôi.

Tôi muốn cô đừng nghĩ đến ai,
Đừng hôn, dù thấy cánh hoa tươi,
Đừng ôm gối chiếc, đêm nay ngủ...
Đừng tắm chiều nay, biển lắm người.

Tôi muốn mùi thơm của nước hoa,
Mà cô thường xức, chẳng bay xa,
Chẳng làm ngây ngất người qua lại,
Dẫu chỉ qua đường, khách lại qua.

Tôi muốn những đêm đông giá lạnh
Chiêm bao đừng lẩn quất bên cô
Bằng không, tôi muốn cô đừng gặp
Một trẻ trai nào, trong giấc mơ.

I want the air that you just breathe
Not to touch the clothes of strangers
Your imprinted footsteps on the roads,
No one's allowed to tread on.

It just means that:
I am very jealous
I am madly lost in Love
You Are My Everything
And Mine Alone!

Tôi muốn làn hơi cô thở nhẹ
Đừng làm ẩm áo khách chưa quen.
Chân cô in vết trên đường bụi
Chẳng bước chân nào được dẫm lên.

Nghĩa là ghen quá đấy mà thôi,
Thế nghĩa là yêu quá mất rồi
Và nghĩa là cô là tất cả.
Cô là tất cả của riêng tôi!

Epiphyllum flower
Painting by Artist Thanh Trí

Ten Years Apart, Ten Years of Longings...

Original Song: Mười Năm Tình Cũ
Author: Trần Quảng Nam
Translated by VuongThanh

Ten years hadn't seen you, I thought my love for you has faded.

Like drifting clouds, I thought my love for you was forgotten.

Like rain droplets flying in the wind, carrying away a world of
memories.

O My Love, in your world, are your eyes still sorrowful?

Ten years apart, feeling shy like strangers when we met again

Forget! Forget! A sad dream of Love all this long time

But, O My Love!

Still in my heart and memories are a World of Love.

A World of Love! When will it ever return?

Alas! I thought our being apart was a memory.

Alas! In our loving each other, I naively thought:

Love's Beyond Separation

Love's Always Beautiful...

Like A Dream!

Been telling myself to say goodbye to achingly tender sweet
memories,

to endure the lonely years ahead...

Years passed, seen thousands of sunrises and sunsets

But today on seeing you,

I know my love for you has always been here: in my heart!

Mười năm không gặp tưởng tình đã cũ
Mây bay bao năm tưởng mình đã quên
Như mưa bay đi một trời thương nhớ
Em ơi ! Bên kia có còn mắt buồn?
Mười năm cách biệt một lần bỡ ngỡ
Quên đi quên đi mộng buồn bấy lâu
Nhưng em yêu ơi! Một vùng ký ức
Vẫn còn trong ta cả một trời yêu

Cả một trời yêu bao giờ trở lại
Ôi! Ta xa nhau tưởng chừng như đã
Ôi! Ta yêu nhau để lòng cứ ngỡ
Tình bất phân ly tình vẫn như mơ

Đành nhủ lòng thôi giã từ kỷ niệm
Cho qua bao năm mộng buồn quên dấu
Nhưng sao bao năm ngày dài qua mãi
Trong anh hôm nay thấy tình còn đây

Ten years apart, love thought forgotten

Like the clouds, like the rains,

flying toward the far horizons...

But, O My Love:

a line from an old letter

reminds me of a crazy life of love.

Ten years apart,

Seems like you had forgotten

the words of Love that we said to each other.

O My Love, over there, do you still remember?

As for me, today, I see the rain returning.

Today, I feel my heart still full of regrets and longings...

Ten Years Apart,

Ten Years I Have Missed You!

Mười năm cách biệt tình đành quên lãng
Như mây như mưa bay đi muôn phương
Nhưng em yêu ơi! Một dòng thư cũ
Vẫn còn trong ta một đời cuồng điên

Mười năm cách biệt hình như em đã
Quên câu yêu thương ta trao cho nhau
Em ơi ! Bên kia còn chăng nhung nhớ
Như anh hôm nay thấy mưa trở về
Như anh hôm nay thấy lòng tiếc nhớ
Mười năm không gặp
Mười Năm Nhớ Thương!

A Soul in Love's Torment

Original Song: Nửa Hồn Thương Đau
Author: Phạm Đình Chương
Translated by VuongThanh

Close my eyes to find the scents of yesteryears,

To return to the verse-inspiring road of memories,

To meet the girl that I adore.

But it is just a dream!

I hear Love's dying inside me,

My heart's filled with regrets and yearnings

Till the end of my days...

Close my eyes.

Suddenly my heart filled with unceasing anguish.

Alas! Why are we forever a world away from each other.

Or is it that we have a rendezvous in some next life?

Where are you, My Love?

Where are we, My Love?

Is it the gloomy rain that fills your eyes with sorrow?

Close my eyes. Only to see a dark gray horizon

Only to find that... my heart's full of memories...

And the singing... And the tears...

Sometimes I want to believe..., just want to believe

Alas for those, alas for those

Who cries in loneliness...

Nhắm mắt cho tôi tìm một thoáng hương xưa

Cho tôi về đường cũ nên thơ

Cho tôi gặp người xưa ước mơ

Hay chỉ là giấc mơ thôi

Nghe tình đang chết trong tôi

Cho lòng tiếc nuối xót thương suốt đời

Nhắm mắt ôi sao nửa hồn bỗng thương đau

Ôi sao ngàn trùng mãi xa nhau

Hay ta còn hẹn nhau kiếp nào

Anh ở đâu? Em ở đâu?

Có chăng mưa sầu buồn đen mắt sâu

Nhắm mắt chỉ thấy một chân trời tím ngắt

Chỉ thấy lòng nhớ nhung chất ngất

Và tiếng hát và nước mắt

Đôi khi em muốn tin

Đôi khi em muốn tin

Ôi những người ôi những người

Khóc lẻ loi một mình

The Thụy Du Song

Original Song: Khúc Thụy Du
Music: Anh Bằng, Poem: Du Tử Lê
Translated by VuongThanh

Let's talk about life

When I'm no longer among the living

What will I bring with me

To the world on the other side

Except for the void in my heart

O Thụy, O Love!

Like a kingfisher

On the wooden stakes of a hundred years

I seek for the life that was lost

In the water puddle of Life

In the water puddle of Life

O Thụy, O Love!

My Love, don't ever ask

Why we love each other

Why my lips are hot

Why my hands are cold

Why my body shivers

Why my legs are shaking

Why, and why!

Hãy nói về cuộc đời

Khi tôi không còn nữa

Sẽ lấy được những gì

Về bên kia thế giới

Ngoài trống vắng mà thôi

Thụy ơi, và tình ơi !

Như loài chim bói cá

Trên cọc nhọn trăm năm

Tôi tìm đời đánh mất

Trong vũng nước cuộc đời

Trong vũng nước cuộc đời

Thụy ơi, và tình ơi !

Đừng bao giờ em hỏi

Vì sao ta yêu nhau

Vì sao môi anh nóng

Vì sao tay anh lạnh

Vì sao thân anh rung

Vì sao chân không vững

Vì sao, và vì sao !

Let's talk about Life

Love's like the edge of a knife

Love's like a pointed blade

Smoothly and sweetly

Cutting off a first love

Thụy, where are you now?

Thụy, where are you now?

I'm a kingfisher

You're a reflection of the silver moon

We're only separated by a lake

But forever apart...

Tình yêu như lưỡi dao
Tình yêu như mũi nhọn
Êm ái và ngọt ngào
Cắt đứt cuộc tình đầu
Thụy bây giờ về đâu ?

Thụy bây giờ về đâu?
Anh là chim bói cá
Em là bóng trăng ngà
Chỉ cách một mặt hồ
Mà muôn trùng chia xa...

Drinking with Image in the Mirror

Original Poem: Soi Gương Uống Rượu
Author: Hoàng Hương Trang
Translated by VuongThanh

Give me one more glass of love's sorrow

Give me some more ethereal smoke of longing

Bitter's the wine drank in silent aloneness

The rising smoke dimming my eyes as I call your name

Thought that drinking might help me forget

But its bitterness only intensify love's yearnings

Drinking alone in front of the mirror

Looking at me, the illusion suddenly smiles

Raising my voice, I call out "O Love"

The drifting smoke, it's enveloping my life

In the mirror, someone's saying Hi

Glass high, glass low, which glass's for each other...

Alas! Bitter wine and the woes of love

The illusion in the mirror's also grieving like me

Is it wine or teardrops pouring profusely

Who's drunk, who's crying?

Is it You or me?

Cho ta thêm chén tình đau
Cho ta thêm khói thuốc mầu nhớ nhung
Đắng cay đầy chén âm thầm
Khói cao mờ mắt một lần gọi tên
Rượu vào những tưởng vơi quên
Ai ngờ men đắng tình thêm nhớ tình

Soi gương uống rượu một mình
Ngắm ta, ảo ảnh lung linh chợt cười
Cất cao tiếng gọi "Hỡi Người"
Khói bay mờ tỏ vây đời ta sao
Trong gương ai đó mời chào
Chén cao, chén thấp, chén nào cho nhau

Ô hay! Rượu đắng tình đau
Người trong ảo ảnh cũng sầu như ta
Rượu hay nước mắt chan hòa
Ai say, ai khóc, là ta hay Người

Whose lips have lost the cheerful smile
Whose lips have become numb with a life of aloneness
Beauty fades with the passing of the months and days
Wine drunk. Poetry dies. Love's gone away.

High footsteps, low footstep; drunken feet
Hands reaching out, hands pouring wine, hands inviting a drink
Let's get drunk! Be drunk to forget Life
Drink to make the rivers and the seas empty to shake off Sorrow.
Drink to kill with numbness Tomorrow
To forget the days before,
to make the Fabric of Time crumbled!

Our love for each other were star-crossed
Gazing at the mirror, I curse Fate for unfinished love vows
The illusion in the mirror's also in love,
Also drunk, so don't laugh at me for being arrogantly wild
I throw the glass at the mirror. It breaks. The wine rushes out.
Glass broken. Mirror broken.
But my sorrow's not lessened
The illusion in the mirror has now disappeared
Drunken, I sing and forget about my existence.

Môi nào tan vỡ nụ cười
Môi nào chết lịm một đời bơ vơ
Dung nhan ngày tháng phai mờ
Rượu say, thơ chết, hững hờ cố nhân

Bước cao, bước thấp cuồng chân
Tay đưa, tay rót, tay nâng chén mời
Say đi say để quên đời
Uống cho biển cạn, sông vơi bỗ sầu
Uống cho lịm chết ngày sau
Cho quên ngày trước, cho nhầu thời gian

Tình ta đã lỡ trái ngang
Soi gương nguyền rủa, dở dang chén thề
Người trong ảo ảnh si mê
Cũng say sưa đấy đừng chê ta cuồng
Đập tan chén, rượu tràn tuôn
Chén tan, gương vỡ, nỗi buồn chưa vơi
Người trong ảo ảnh mất rồi
Ta say, ta hát quên đời có ta...

Hesitant

Original Poem: Ngập Ngừng, published: 1940s
Author: Hồ Dzếnh
Translated by VuongThanh

Do make a tryst but please do not come, My Love
I'll be sad and walk back and forth the grounds
Looking at the cigarette between my fingers
It's almost burnt out
I mutter, "Gosh, I miss you so much."

Do make a tryst but please do not come, My Love
For what is Love, if not the longings and affections
in the beginning of a relationship.
The stage where Love's fragile like the silk rays of sunshine
Like butterflies and flowers hesitant and shy
Postpone until tomorrow for a bright and cheerful season
Only tomorrow's beautiful; just tomorrow!

Do make a tryst but please do not come, My Love
I will reprove, but of course, very slightly
If you're already on the way, please strive to return
Love's only beautiful when it's unfinished
Life loses its charms when its oaths'd been fulfilled.
Let a poem never be completed,
and a drifting boat never ends up in a harbor
For the Past and the Future to forever intermingle.

Em cứ hẹn nhưng em đừng đến nhé!
Để lòng buồn tôi dạo khắp trong sân
Ngó trên tay, thuốc lá cháy lụi dần...
Tôi nói khẽ: Gớm, làm sao nhớ thế?

Em cứ hẹn nhưng em đừng đến nhé!
Em tôi ơi! tình có nghĩa gì đâu?
Nếu là không lưu luyến buổi sơ đầu?
Thuở ân ái mong manh như nắng lụa
Hoa bướm ngập ngừng, cỏ cây lần lữa
Hẹn ngày mai mùa đến sẽ vui tươi
Chỉ ngày mai mới đẹp, ngày mai thôi!

Em cứ hẹn nhưng em đừng đến nhé!
Tôi sẽ trách - cố nhiên! - nhưng rất nhẹ
Nếu trót đi, em hãy gắng quay về
Tình mất vui khi đã vẹn câu thề
Đời chỉ đẹp những khi còn dang dở
Thư viết đừng xong, thuyền trôi chớ đỗ
Cho nghìn sau... lơ lửng... với nghìn xưa...

Three Lives of Wandering

Original Poem: Ba Kiếp Lang Thang, published: 1970s
Author: Vũ Hoàng Chương
Translated by VuongThanh

Have we lost everything already?
Even the music of some yesteryear
The drum skin, the zither strings, the flute spirit
All dried up like the singing voice getting increasingly thin...

The music instrument's named Bottom, but has no bottom
Were all the strings of affection and love removed?
Or is it the flute spirit that had been long lost,
Thus, no longer able to play the music of Tầm-Dương

The rosy singing breath had dissolved into blood
Is it to make her cheeks less pale?
Alas! A beauty's destiny often carries a sad tale
The night's ending, the wine's cold and tasteless.

Or is it that night
when the Buffalo Boy left the Fairy Seamstress?
Tearing one's skin to dry her tears
Nothing's left for the drumhead
Beating on the drum...
But hearing only the sounds of desolation...

Chúng ta đánh mất cả rồi sao?
Cả đến âm thanh một thuở nào...
Da trống, tơ đàn, ôi trúc phách!
Đều khô như tiếng hát gầy hao.

Đàn mang tên Đáy mà không đáy
Rút hết rồi chăng sợi nhớ thương?
Hay phách, từ lâu rồi lạc phách,
Không còn dựng nổi bến Tầm-Dương?

Hơi ca hồng đã tan thành huyết
Để tiếp vào cho má đỡ xanh?
Bạc mệnh, hỡi ơi, hoàn mệnh bạc,
Đâu còn ấm nữa rượu tàn canh!

Hay là đêm ấy Ngưu lìa Chức?
Xé nát da mình lau mắt ai?
Còn được gì đâu cho mặt trống;
Đập lên, hoang vắng đến ghê người!

It sounds so empty, nothing remains
Don't keep trying,
It only causes the Music Spirit to feel the pain
Three lives of wandering, sitting huddled together
We have lost everything, but still have each other!

Âm thanh trống rỗng, còn chi nữa,
Gắng gượng chi cho hồn Nhạc đau!
Ba kiếp lang thang, ngồi chụm lại,
Chúng ta mất hết, chỉ còn nhau.

Portrait of Poet Vũ Hoàng Chương
by Artist Thanh Trí

Heartwarming Evening in Cali

Original Poem: Men Chiều Cali
Author: Vũ Hối
Translated by VuongThanh

I draw, in the painting, a windy sky

I also draw the intoxication of love rising high

In loving strokes, the Human Compassion flower is depicted

And the smiling flowers blooming on people's lips

With meticulous care, I pen words in calligraphy about poetic love

Your ten fingers like flowers dancing over the notes of a music melody

We emptied glasses of wine infused with fragrance of true friendship

Although we met just once, it seems like a hundred years knowing thee.

I returned to the frost of the Northeast region

I miss Cali with its golden sunshine

My luggage contained the memories of an enchanted evening

I wrapped it and sent to you with nostalgic longings

I draw a beloved friend in the windy sky

I draw myself counting the loneliness of being

I draw a forest bird, once lost in a strange land

O Cali! The fragrance of an enchanted evening...

Vẽ cả trong tranh khung trời lộng gió
Vẽ cả men tình một độ lên ngôi
Nâng niu ta vẽ cành hoa Nhân Ái
Những đóa hoa cười nở mãi trên môi

Nắn nót tình Thơ khung trời lộng gió
Mười ngón tay hoa vướng nhạc bổng trầm
Cạn chén đầy-vơi nồng men tri kỷ
Dù một lần sao bỗng hóa trăm năm

Ta về đây ướp lạnh miền Đông Bắc
Nhớ Cali từng giọt nắng hanh vàng
E ấp hành trang men chiều kỷ niệm
Phong kín gửi Người nỗi nhớ chứa chan

Vẽ người thương, giữa khung trời lộng gió
Vẽ mình ta, ngồi đếm nỗi cô liêu
Vẽ cánh chim rừng, một thời xứ lạc
Cali ơi! xin gởi nồng ấm men chiều

An Evening on the Tam Giang Lagoon

Original Song: Chiều Trên Phá Tam Giang
Music & Lyrics: Trần Thiện Thanh, Poem: Tô Thùy Yên
Translated by VuongThanh

An evening on the Tam Giang lagoon,
I'm thinking of you.
I miss you! Oh, I miss you so much,
Darling, O My Darling!

At this hour the shopping mall's about to close;
The janitor's cleaning the hallways.
At this hour the city's lighting up
and then to turn off early.
O Saigon, Saigon, the curfew hour
O Saigon, Saigon becoming empty and quiet at eleven
O My Love, Saigon without evening life.

 (male voice) At this hour, maybe the sun's shining
My darling leaves the library for a stroll
(female voice) Walking between the line of trees with sunlit emerald
leaves
Thinking of the exam day and worrying about the future
The little room in the nameless building
Then I think of you,
I think of you, My Love

Chiều trên phá Tam Giang
anh chợt nhớ em
nhớ ôi niềm nhớ ôi niềm nhớ
đến bất tận
em ơi
em ơi

Giờ này thương xá sắp đóng cửa
người lao công quét dọn hành lang
giờ này thành phố chợt bùng lên
để rồi tắt nghỉ sớm
ôi Sàigòn Sàigòn giờ giới nghiêm
ôi Sàigòn Saigon mười một giờ vắng yên
ôi em tôi Sàigòn không buổi tối

Giờ này có thể trời đang nắng
em rời thư viện đi rong chơi
hàng cây viền ngọc thạch len trôi
nghĩ đến ngày thi tương lai thúc hối
căn phòng nhỏ cao ốc vô danh
rồi nghĩ tới anh
rồi nghĩ tới anh
nghĩ tới anh

(male voice) At this hour, maybe it's raining

My darling's walking between the line of trees soaked with rain,

looking at the bubbles of water running down the sidewalks,

like the flowers blooming in a hurry.

(female voice) At this hour I walks into the familiar coffee shop

where we often meet each other.

I let go off my worries and let my mind floats

with the background buzzing noises.

At this hour, the city suddenly lights up

(female voice) My tears, unknowingly, starts falling

Thinking about a thing that I do not really know

Thinking about a thing that I'm afraid to think about

Thinking about a soldier in the war

Thinking about you

Thinking of you,

My Love.

Giờ này có thể trời đang mưa
em đi dưới hàng cây sướt mướt
nhìn bong bóng nước chạy trên hè
như đóa hoa nở vội
giờ này em vào quán nước quen
nơi chúng ta thường hẹn
rồi bập bềnh buông tâm trí
trên từng đợt tiếng lao xao

Giờ này thành phố chợt bùng lên
em giòng lệ bất giác chảy tuôn
nghĩ đến một điều em không rõ
nghĩ đến một điều em sợ không dám nghĩ
đến một người đi giữa chiến tranh
lại nghĩ tới anh
lại nghĩ tới anh
nghĩ tới anh...

The Purple Horizon

Original Song: Chân Trời Tím
Author: Trần Thiện Thanh
Translated by VuongThanh

You promise to take me to the purple horizon

To hear the wind passing gently through the heart each sunset

You just want this love of ours

To be like the stars high up high in the sky,

away from this earthly world.

You promise to take me to the purple horizon

We will gather the clouds and build a castle of love

Please let there be no lack of moonlight

Please let the starlights shine on our love

Since the war in our homeland,

You're faraway at the national border,

Gazing at the moon alone tonight.

I'm here waiting for your love

Each evening, watching the sunset by the window

What do you dream of, My Love?

Do you know that I dream of the purple horizon

Dream that our shadows will overlap in the far sky.

But I know that in this life,

You and I will not be together.

Anh hứa đưa em về nơi chân trời tím
Nghe gió êm qua trái tim từng hoàng hôn
Anh chỉ muốn duyên tình hai chúng ta
Như ánh sao cao vút cao xa trần gian.

Anh hứa đưa em về nơi chân trời tím
Gom hết mây hai đứa xây lâu đài yêu
Xin không thiếu trăng vàng trên áo em
xin sáng sao trong hồ mắt tình yêu.

Anh từ lửa khói quê hương
Đường hun hút biên cương
Một mình ngắm trăng suông
Em về bên ấy thương mong
Từng chiều rớt bên song
Anh có mơ gì không?

Anh biết không em mơ về nơi chân trời tím
Mơ chúng ta in bóng trên lưng trời xa
Nhưng em biết muôn đời muôn kiếp sau
Anh với em không hề đến gần nhau...

217

My Computer Lover

Original Poem: Người Tình Điện Toán, published: 2006
Author: Nguyễn Thị Ngọc Dung
Translated by VuongThanh

The window of your house's glowing with light

Onto the vast world, it brightly shines

Hundreds of forests of poetry waiting to be read

Thousands of mountains of literature inviting one's eyes

Day and night, over the keyboard, fingers dance in light strokes

Dawn to evening, flood of emails demand to be viewed

The computer heart's never old but always young and fresh

With wide-open gardens in its chest to welcome me.

Song cửa nhà anh sáng ánh đèn

Chan hòa rọi thế giới vô biên

Trăm rừng thi phú không xem hết

Vạn núi văn chương chẳng đọc nên

Phím chữ ngày đêm tay lả lướt

Trang thư sớm tối mắt triền miên

Trái tim điện toán chưa cằn cỗi

Mở rộng vườn lòng chào đón em

The New Millennium's Hope

Original Poem: Hy Vọng Thế Kỷ, published: 2000
Author: Nguyễn Thị Ngọc Dung
Translated by VuongThanh

A forest of people by the glistening river water
Lights on the high tower shine brightly over the capital
Hands clapping with the loud music and drum beats
Hearts excited waiting for the the year 2000 to arrive

The ball drops slowly with the counting
Two million people enthusiatically shout "one... zero!"
Thousands of fireworks explode in the sky
Raining colorful messages wishing everyone "Happy New Year"

All people join in the happy celebration
And forget for a while the bad things in this world
Forget the evils waiting somewhere in darkness
The terrorists and their maniacal acts of destruction

Lips finding lips, sharing one breath
The breath of Love that bind one's heart to the other's
To celebrate the survival into the new century
And to thank God for his generosity and mercy.

We'll be side by side walking the same road forever
Through seasons of spring full of Hope and each other
Verses like flowers at old age still bloom radiantly
To brighten and make fresh the 21st century.

Cả rừng người bên giòng sông lấp lánh
Ngọn Tháp cao đèn thắp sáng Thủ Đô
Tay vỗ theo tiếng nhạc trống vang to
Tim hồi hộp chờ năm hai ngàn đến.

Trái cầu sáng xuống dần theo tiếng đếm
Hai triệu người nồng nhiệt thét "một... không!"
Bùng nổ lên trời muôn sắc pháo bông
Và mưa xuống giấy hồng mừng Năm Mới.

Nhân loại cùng reo vang vui mở hội
Thoáng quên đi lụt lội ngập chân trời
Chẳng sợ gì tăm tối dọa nơi nơi
Kẻ phá hoại sẽ ngừng tay khủng bố.

Môi tìm môi truyền cho nhau hơi thở
Của tình yêu gắn bó rất an hòa
Để ăn mừng sống sót thế kỷ qua
Và cảm tạ ơn trên ban rộng rãi.

Ta bên nhau chung đường đi mãi mãi
Những mùa xuân đầy hy vọng tình người
Những vần thơ vẫn nở cuối cuộc đời
Làm tươi thắm Thế Kỷ Hai Mươi Mốt.

The One I Love

Original Song: Người Tôi Yêu Dấu
Author: Dương Vân Châu Trúc Ca
Translated by VuongThanh

The One I Love, do you know?
Leaves falling desolately in the terrace of yesteryear
Reminds me of the times we were together
Face touching face, hands in hands...

The One I Love, do you know?
This evening, the frosty wind of winter
Stirs my heart with wishes of rosy clouds...
Waiting hesitantly for the Fragrance of Love.

The One I Love, although one day we may be oceans apart
Our hearts will still be together, our love will never fade
Still here, My Beloved, is the bright moon shining in the sky
Still there, My Beloved, is the lonely star glittering in the Milky Way
And still in my heart, is the loving words for you, My Beloved

The One I Love, do you dream
of the music flowing sweet melodies from the heart
expecting and waiting for you...

Startlingly, the moon fades and a misty haze arises...

NGƯỜI TÔI YÊU DẤU

Nhạc & lời :
Dương Vân Châu Trúc Ca

Người tôi yêu dấu có hay? Thềm xưa hiu hắt lá bay. Chợt nhớ phút giây sum vầy. Mặt nhìn mặt, tay nắm tay.

Người tôi yêu dấu biết không? Chiều nay cơn gió cuối Đông. Gợi mối khát khao mây bồng. Ngập ngừng đợi áng hương nồng.

Người tôi yêu dấu dù mai đến cách xa ngàn

khơi. Mà tình thân thương luôn gắn bó không bao giờ

nguôi. Còn đây trăng thắp sáng, còn

đó cánh sao chơi vơi. Và còn trong tim lời âu

yếm gọi cố nhân ơi! Người tôi yêu

dấu có mơ? Đàn gieo cung phím óng

tơ. Một chút đắm say mong chờ. Giật mình

Nguyệt khuất, sương mờ.

Illusion

Original Song: Ảo Ảnh
Author: Dương Vân Châu Trúc Ca
Translated by VuongThanh

Is Life a verse or a flash of a dream?
A glorious morning or the night shadow falling?
A passing moment of picking on the guitar strings?
Is Life like the sea mist or the wandering clouds,
Or a touching moment of waiting in the evening?

Please let Spring blooms, and never wither
Let Summer be filled with golden sunshine,
Autumn with cool breeze,
And Winter not so frosty.
Let Winter brings a warm fragrance
And Life always beautiful as poetry.

Is Life infinite or is it a moment of forgetfulness?
Is it the sunset with fading sunshine still lingering on the terrace?
Is it grief burning the heart each night?
Is it just a dream shadow or is it Hope lighting up the soul,
or is it the aching sorrows buried in the heart's?

O Life! O the sorrows and joys.

Đời là câu thơ hay đời là thoáng ước mơ ?
Là bình minh rực rỡ hay bóng đêm mờ ?
Hay phút ơ thờ nắn phím buông đường tơ ?
Đời là khói sóng hay mây bồng,
hay phút rung động chiều ngóng trông ?

Xin cho mùa Xuân thắm không tàn.
Mùa Hạ nắng tươi vàng.
Mùa Thu gió nhẹ nhàng
Và mùa Đông không lạnh lắm,
Mùa Đông mang hương ấm
cho cuộc đời còn mãi mãi nên thơ.

Đời là Vô biên hay đời là chút lãng quên ?
Là hoàng hôn nhạt nắng vương vấn bên thềm ?
Hay nỗi ưu phiền đốt cháy tim từng đêm ?
Đời là chiếc bóng hay hy vọng,
hay những cô đọng sầu bên lòng ?

Cuộc đời ơi ! Vui buồn hỡi.

Tiếng Đàn Tâm (Music of the Heart)
Oil Painting by Artist Thanh Trí

Vũ Hối's Calligraphy

Original Poem: Thư Họa Vũ Hối
Author: VuongThanh

Dragon flying, phoenix dancing on the silk painting
Such calligraphic artistry since the ancient times,
there's only a few
Bamboo crisp; sword moving in a perfect curve
Willow soft; cloud floating a path of mythical wonder
In China of ancient times, there was Hy Chi
In Vietnam of today, Vũ Hối is here.
The word painting shines with the color of wondrous beauty
Like the flowers of snow decorating the apricot leaves.

Rồng bay, phượng múa trên khung lụa
Thư họa cổ kim há mấy ai
Trúc sắc, gươm đưa đường kiệt tác
Liễu mềm, mây lượn nét liêu trai
Trung Hoa thuở trước Hy Chi đó
Lạc Việt thời nay Vũ Hối đây
Thư pháp bừng tươi mầu diễm tuyệt
Phiêu phiêu hoa tuyết diễm nhành mai...

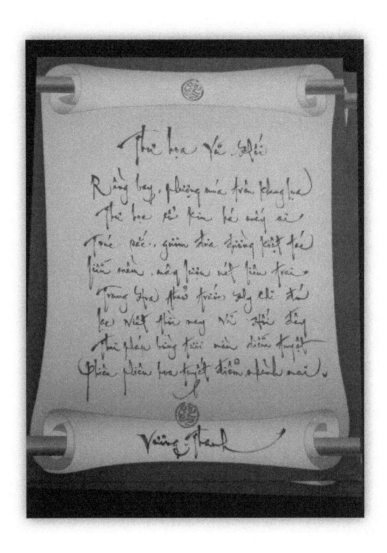

Queen Trưng

Original Poem: Trưng Nữ Vương, published: 1939
Author:Ngân Giang
Translated by VuongThanh

Dark shadows of stars falling in the night sky
The fire of vengeance and anger shows in her eyes
The hooves of galloping horses gather fog
as they leave the mountains behind.
Flying against the wind,
the great Bằng bird crosses the ocean.

Many rivers and mountains
have seen sword and horse together.
Magnificent is the palace with her queenly glamour.
Facing the country's plaguing rains and storms
like an enduring cherry blossom flower,
she leads her armies into war battles.

Red blood poured to settle the thousand-year vengeance
It wasn't planned that a throne will be gained,
But only to let the departed soul
in the other world
smile in appeasement.
A candle's tears
trickle
throughout the night.

Thù hận đôi lần chau khoé hạnh
Một trời loáng thoáng bóng sao rơi
Dồn sương vó ngựa xa non thẳm
Gạt gió chim bằng vượt dặm khơi

Ngang dọc non sông đường kiếm mã
Huy hoàng cung điện nếp cân đai
Bốn phương gió bão dồn chân ngựa
Tám nẻo mưa ngàn táp đóa mai

Máu đỏ cốt xong thù vạn cổ
Ngai vàng đâu tính chuyện tương lai
Hồn người chín suối cười an ủi
Lệ nến năm canh rỏ ngậm ngùi

The vows of vengeance,
the Viet commander does not forget.
From the high mount'n she descends
to wipe clean the dust of the world.
Her queenly footsteps bring hope
for a liberated Vietnam's future.

At the northern border,
wearing mourning scarf and golden armor,
she rode her elephant into battle.
On hearing the trampling of hooves coming near,
the enemies became frightened,
and ran back to their borders.
Victory after victory, but in her heart
she kept longing for her husband:
O My Love,
The tilted moon shines on my loneliness.
Without thee, the Jade Palace's so cold and desolate.

Lạc tướng quên đâu lời tuyết hận
Non hồng quét sạch bụi trần ai
Cờ tang điểm tướng nghiêm hàng trận
Gót ngọc gieo hoa ngát mấy trời...

Ải bắc quân thù kinh vó ngựa
Giáp vàng khăn trở lạnh đầu voi
Chàng ơi, điện ngọc bơ vơ quá,
Trăng chếch ngôi trời bóng lẻ soi

A Tiger's Longing for the Forest

Original Poem: Nhớ Rừng, published: 1936
Author: Thế Lữ
Translated by VuongThanh

Chewing on the chunk of angered hatred in an iron cage,

I lie lazily, watching the months and days pass by.

I despise those arrogant people, so foolish!

With their small eyes,

they stare at the ancient forest's dignified spirit!

Just a misplaced footstep, and then to be shamed and prisoned

To be exotic eye candy, a toy for them to watch

And have to bear in the same group with those nutty bears,

And a couple of naive leopards in the neighboring cage.

I dwell forever in the longings and love

of the proud and valiant times of the past...

I miss the sights of the old forest, its large shades, ancient trees,

the yelling wind, the shouting voices that shakes the mount'n,

the roaring of a dangerous and exciting long song.

I step my feet out, confident and proud

My body like the sea waves rolling in grace

My silent shadow dances with the thorny leaves, the sharp grass

In the dark cave, when my eyes open wide and I stare,

all the other animals become quiet.

I know that I'm the lord of all the creatures

that live in the ancient forest without name and age.

Gậm một khối căm hờn trong cũi sắt,
Ta nằm dài, trông ngày tháng dần qua.
Khinh lũ người kia ngạo mạn, ngẩn ngơ,
Giương mắt bé diễu oai linh rừng thẳm,
Nay sa cơ, bị nhục nhằn tù hãm,
Để làm trò lạ mắt, thứ đồ chơi.
Chịu ngang bầy cùng bọn gấu dở hơi,
Với cặp báo chuồng bên vô tư lự.

Ta sống mãi trong tình thương nỗi nhớ,
Thủa tung hoành hống hách những ngày xưa.
Nhớ cảnh sơn lâm, bóng cả, cây già,
Với tiếng gió gào ngàn, với giọng nguồn hét núi,
Với khi thét khúc trường ca dữ dội,
Ta bước chân lên, dõng dạc, đường hoàng,
Lượn tấm thân như sóng cuộn nhịp nhàng,
Vờn bóng âm thầm, lá gai, cỏ sắc.
Trong hang tối, mắt thần khi đã quắc,
Là khiến cho mọi vật đều im hơi.
Ta biết ta chúa tể của muôn loài,
Giữa chốn thảo hoa không tên, không tuổi.

Where now are the moonlit nights by the brook,

when after an exciting chase, I drink in the moonlight?

Where now are the heavy raining days,

when I quietly watch my kingdom being washed anew?

Where now are the mornings,

when the trees bath in the sunshine,

and the birds singing joyfully while I sleep?

Where now are those evenings

where blood pours in the back of the forest.

I wait for the burning sun to die

so I can alone capture its secret?

Alas! Those glorious times are no more!

Now, I hold in my heart the bitter anger for ten thousand years

I hate the sights that never grow or change

I hate those ordinary and fake decorations

Flowers daily cared for, grass trimmed, straight paths, planted trees

A puddle of black water pretending to be a natural stream,

creeping under the armpit of those lowly, emulated structures.

A few gentle bushes of leaves, without any mystery,

pretending to emulate the exotic wildness

of a dark and eerie place

with thousand years of history.

Nào đâu những đêm vàng bên bờ suối,
Ta say mồi đứng uống ánh trăng tan?

Đâu những ngày mưa chuyển bốn phương ngàn,
Ta lặng ngắm giang san ta đổi mới?
Đâu những bình minh cây xanh nắng gội,
Tiếng chim ca giấc ngủ ta tưng bừng?
Đâu những chiều lênh láng máu sau rừng.
Ta đợi chết mảnh mặt trời gay gắt,
Để ta chiếm lấy riêng phần bí mật?
Than ôi! Thời oanh liệt nay còn đâu?

Nay ta ôm niềm uất hận ngàn thâu,
Ghét những cảnh không đời nào thay đổi,
Những cảnh sửa sang, tầm thường, giả dối:
Hoa chăm, cỏ xén, lối phẳng, cây trồng;
Dải nước đen giả suối, chẳng thông dòng
Len dưới nách những mô gò thấp kém;
Dăm vừng lá hiền lành, không bí hiểm,
Cũng học đòi bắt chước vẻ hoang vu
Của chốn ngàn năm cao cả, âm u.

O Magnificent Spirit, the majestic mountains and rivers
are the places where my venerated tiger race rules.
A vast place where I had many adventures
but a place where I no longer can see!
Do you know that on days of ennui,
I live a dream of being in my ancient home.
So my soul can be together with you,
O My majestic and venerable forest!

Hỡi oai linh, cảnh nước non hùng vĩ!
Là nơi giống hùm thiêng ta ngự trị.
Nơi thênh thang ta vùng vẫy ngày xưa,
Nơi ta không còn được thấy bao giờ!
Có biết chăng trong những ngày ngao ngán,
Ta đương theo giấc mộng ngàn to lớn
Để hồn ta phảng phất được gần ngươi,
Hỡi cảnh rừng ghê gớm của ta ơi!

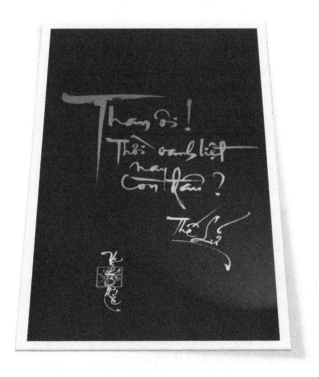

"Alas! Those glorious times are no more!

Verse Calligraphy by Artist Văn Tấn Phước

Conversation with a Mosquito

Original Poem: Nói Chuyện Với Muỗi
Author: Phan Bội Châu
Translated by VuongThanh

A quiet autumn night,

Lying alone, listening to the buzzings of a mosquito

I sit up by the curtain and ask her:

Hey mosquito, why are you so lazy?

There's so many occupations to choose to make a living,

so why do you suck the blood of the people?

Why do you harm them while they are sick and weak?

Aren't you afraid of the stink and dirtiness?

Of what use is it to be despised?

Morever, it's an ungrateful life!

These despicable occupations why you are so fond of?

From now on, you should quit this bad habit,

and follow the good path of making a living

A few words of advice, well-meaning

Whether you should or not, let's discuss it?

The mosquito thinks for a while then replies:

In these times and ages, does right or wrong matter?

We are just tiny insects

We need to keep our bellies full,

And why should we think of others?

Just ask your human kind

Giữa đêm thu trời yên gió lặng,

Một mình nằm cố lắng tai nghe...

Lắng nghe dì muỗi vo ve,

Bên màn dậy hỏi tí te mấy lời:

Hỏi dì muỗi sao lười biếng thế?

Thiếu chi nghề kiếm kế nuôi thân,

Mà đi hút máu nhân dân,

Hại người đang buổi mê man cho đành?

Sao chẳng quản hôi tanh nhơ nhuốc,

Bị chê bai có được ích gì?

Vả chăng, ăn xổi ở thì,

Những nghề hèn mạt sao dì lại ưa?

Giờ trở đi nên chừa thói cũ

Noi theo đường sáng sủa làm ăn,

Mấy lời khuyên nhủ ân cần,

Nên chăng xin hãy phân trần cùng nhau...

Muỗi ngẫm nghĩ hồi lâu đáp lại:

- Thời buổi này trái, phải sá chi?

Chúng tôi là vật vô tri,

Hễ mình no bụng, biết gì đến ai?

Kìa thử hỏi loài người ta đó,

241

Those greedy officials, do they have compassion for anyone?
They only exploit the people,
To become rich and lead a life of pleasure
Do they ever think of the hungry poor people?
The anger and despise of others fall on their deaf ears!
Let alone those of a different life species.

Lũ tham quan nào có thương ai?
Chỉ đi bóc lột của người,
Làm nên giàu có một đời sướng thân.
Nào có tưởng đến dân đói khổ,
Tiếng chê cười gác bỏ ngoài tai!
Huống chi khác giống khác loài?

Ocean and Moon
Painting by Artist Thanh Trí

Rise Up

Original Poem: Thức Dậy Đi
Author: Trần Trung Đạo
Translated by VuongThanh

The sun has just risen from the other side of the ocean
Or is it the fire from the East signaling a change in the season
Rise up, O my fellow brothers and sisters, the hour has come
Mother Vietnam has been crying for a long time,
Do you not know?

Rise up, O Mountains and Forests of olden days
Listen to the what the voices from the ancient past have to say
Who's waiting for who in this leave-falling season
with sleepless nights and a heart burdened.

Who's crying tonight at the northern border?
Is it from the soul of a lonely woman pining for her husband,
Or is it the tearful words of Phi Khanh
Telling his son to go home and take blood vengeance for his father.

Rise up, O Sacred Spirit of the Mountains and Rivers
The Nam Quan wind rushes waves on the Bach Dang water
This midnight, there's no human shadow by the mountain stream
Yet, the sound of sword sharpening under the moon is heard, yet
    unseen.

Mặt trời mới mọc bên kia biển
Hay lửa phương đông báo hiệu mùa
Thức dậy đi em giờ đã điểm
Mẹ khóc lâu rồi em biết chưa?

Thức dậy đi hỡi rừng núi cũ
Nghe tiếng nghìn xưa vọng trở về
Ai đứng trông ai mùa lá đổ
Mà lòng thao thức mấy đêm khuya

Ai khóc đêm nay ngoài ải Bắc
Phải hồn sương phụ ngóng phương xa
Hay tiếng Phi Khanh trào nước mắt
Về đi, lấy máu trả thù cha

Thức dậy đi hồn thiêng sông núi
Gió Nam Quan xô sóng Bạch Đằng
Nửa đêm không bóng người bên suối
Sao tiếng gươm mài vang dưới trăng

Rise up, O Infinite Heart in Man
Don't be afraid of suffering and pain
Even though the country's situation is still murky
Please have compassion for your fellow Vietnamese

Rise up O Tall Hills and Graveled Slopes
Even rocks will be worn out with the footsteps of man
In silence, the prisoner watches the rain falling
Not knowing that several seasons of Spring
had already come and gone.

Rise up, O The Spirit of the Earth
The color of hope in the eyes of the Viet people
Many years we have heard each other crying
Is it enough to see so much blood had poured?

Rise up, O Each Page of History
The sad, the happy, and the shameful stories
Like Mother's eyes – a thousand nights without sleep
Feeling compassion for her foolish children
not yet grown-up and still childish.

Thức dậy đi hỡi lòng vô lượng
Ngại ngùng chi đau khổ điêu linh
Dù cho nước vẫn còn nhơ đục
Nhớ giữ cho nhau một chút tình

Thức dậy đi đồi cao dốc sỏi
Đất đá mòn theo mỗi vết chân
Gã tù lặng đứng nhìn mưa đổ
Đâu biết xuân qua chỉ một lần

Thức dậy đi màu nâu của đất
Màu xanh trong ánh mắt của em
Bao nhiêu năm ngồi nghe nhau khóc
Đã đủ chưa máu chảy ruột mềm?

Thức dậy đi từng trang lịch sử
Những chuyện buồn vui lẫn tủi hờn
Như mắt mẹ nghìn đêm không ngủ
Thương đám con khờ chưa lớn khôn.

To One Waiting Under the Moonlight

Original Poem: Gởi Người Dưới Trăng
Author: Song Nhị
Translated by VuongThanh

I'm standing at the world's end

Hearing the mount'n monkeys howling to their clans

Sounds of horse hooves beating strongly on the road of yesteryears

In the present times, who still keeps the promise

of remaining together with whom.

My pain stretches from that very long day (30.4.75)

It's longer than half of my life

Since the great stormy upheaval,

My homeland's a place of bloody tears.

My heart swollen with sadness,

I quietly become a history recluse,

Living in the forest,

Singing a song about the ups-and-downs of human life.

Who uses sword and gun to pay for life's obligation,

I take poetry and spread its message in this desolate world.

Three thousand days of life in prison

O four thousand years of Vietnamese civilization!

I left a past life, unsettled

And was reborn into the downtrodden, surrendered side

Thou gather wind to make the flag fly

Thou cross the Dich river and wait under the moonlight

Sitting here, I redraw the history of a hundred years

and clasp onto an ancient statue Waiting for Thee.

Ta chừ đứng cuối trời mây

Nghe con vượn hú gọi bầy trên non

Lối xưa vó ngựa bước dòn

Thuở nay ai hẹn mất còn với ai

Ta đau từ một ngày dài (30.4.75)

Dài hơn quá nửa cuộc đời của ta

Đất trời từ trận phong ba

Quê hương máu lệ tim ta đỏ bầm

Ta ôm kinh sử âm thầm

Vào rừng hát khúc trầm luân kiếp người

Ai đem gươm súng tạ đời

Ta đem thơ rải giữa trời hoang vu

Ba nghìn ngày mấy thiên thu (3000 ngày tù)

Bốn nghìn năm ơi cơ đồ Việt Nam

Ta rời tiền kiếp ngỡ ngàng

Tái sinh trong chốn ngụy hàng sa cơ

Người gom gió lộng phất cờ

Người qua sông Dịch ngồi chờ dưới trăng

Ta Ngồi Vẽ Lại Trăm Năm

Ôm Pho Tượng Cổ Băn Khoăn Đợi Người.

One Evening Waiting For You to Come

Original Poem: Một Chiều Mong Em Đến, published: 1981
Author: Song Nhị
Translated by VuongThanh

Today's saturday evening
I sit here waiting for you to come visit me
The front yard so quiet
My heart's full of longings

I sit by the window
Feeling each minute slowly passing by
My hands keep fondling
the love poem I have just written.

I hear, on the tree branches,
the leaves whispering to each other
They sound like lovers
that have been separated for many seasons.

I hear on the graveled path
many footsteps coming and going.
I perceive your soft footsteps
entering my forlorn soul.

One evening waiting for you to come
My hands keep fiddling the love letter
My lips dry like hot summer without any rain.
I long for your passionate kiss

Hôm nay chiều thứ bảy
Ngồi chờ em đến thăm
Ngoài sân im tiếng động
Một trời đầy nhớ mong

Anh ngồi trong song cửa
Từng phút giờ trôi qua
Bàn tay nâng niu mãi
Bài thơ tình thiết tha

Anh nghe trên cành lá
Tiếng thì thầm gọi nhau
Như tình yêu hò hẹn
Như đợi chờ đã lâu

Anh nghe trên lối nhỏ
Bước chân ai dập dìu
Anh nghe em bước nhẹ
Vào ngõ hồn quạnh hiu

Một chiều mong em đến
Đôi tay như ngỡ ngàng
Bờ môi cơn khô hạn
Nhớ nụ hôn nồng nàn

One evening waiting for you to come
I watched the clouds drifting away
I wondered how can I hold on to
the clouds floating in the far horizon.

Today's Saturday evening
I sit here waiting for you to come
A storm from afar suddenly approaches
The mount'n peak "Chứa Chan" gradually fades away

Một chiều mong em đến
Mây hững hờ trôi xuôi
Làm sao anh níu được
Áng mây bay cuối trời

Hôm nay chiều thứ Bảy
Ngồi chờ em đến thăm
Cơn giông từ xa tới
Ngọn Chứa Chan khuất dần.

Em và Sen
Painting by Artist Nguyễn Sơn

A Distressed Vietnam

Original Song: Phận Da Vàng, published: 2018
Author: Nguyễn Minh Hải
Translated by VuongThanh

The Viet people march to the sea,

holding in their hearts the glorious Quang Trung Spirit.

The national flag flying high in the Southern sky

The spirits of our heroic ancestors

are with the men and women,

marching to protect the country's border.

The Viet people march to the plant fields in the hills

Living the pain and grief in the cries of Mother's lullaby

For a lost homeland and the humiliation of an enslaved life

For a thousand years, the motherland was lost to the invaders

A thousand years of ravages by northern land robbers!

A night of gloom, I hear the wind shrieks in anger

The enemies have invaded our country

and trampled on the land of our ancestors.

A night in the Southern land,

Wind and storm is rising...

Move, let's move forward with steel determination.

This sacred night, I vowed to follow

the examples of our patriotic heroes.

For my Motherland,

For my children and grandchildren,

For the continuation of future generations of Vietnamese,

For a vision of a glorious Vietnam, Strong, Peaceful and Free,

I will sacrifice and devote my whole life!

The Viet people march to the ancient forests

Holding in their hearts the Queen Trưng Spirit

A vision of her leading the armies

From Nam-Quan to Cà-Mau, with great shouts of victories.

O the race of the Dragon King and Fairy Queen,

Arise! Arise to defend our Motherland's freedom and dignity!

nhanh vừa - dồn dập

nguyễn minh hải

Người   da   vàng   đi   về   biển   khơi
                vàng   đi   về   đồi   nương

mơ   hồn   Quang   Trung   cờ   phất   phới   trời   Nam
ru   phận   vong   nô   bằng   tiếng   khóc   Mẹ   ru

hồn   thiêng   anh   linh   rợp   bóng   quân   đi
nghìn   năm   bơ   vơ   lạc   mất   Quê   Hương

rợp   bóng   quân   đi   gin   giữ   biên   thùy...

Người   da   nghìn   năm   tan   hoang   bờ   cõi   sơn

hà...   Đêm   âm   u   gió   hờn   lên   tiếng   thét

quân   xâm   lăng   dày   xéo   đất   ông   cha   Đêm   phương

Nam   dậy   bão   tố   phong   ba   đi   đi   lên   lòng

Copyright by Nguyễn Minh Hải 2018. All Rights Reserved.

quyết chí không sờn   Đêm uy linh ta nguyện một lòng

kiên   gương trung trinh vì   nước quyết hy   sinh   cho   non

sông   nòi   giống   cháu   con   ta   cho   mai   sau   ngời

sáng   đất   anh   hùng...   Người   da   vàng   đi

về   rừng   sâu   mơ   hồn   Trưng   Vương   về

giữa   tiếng   quân   reo   dậy   từ   Nam   Quan   về

tới   Cà   Mau   Dậy   nghìn   năm   sau   nòi   giống   Tiên   Rồng...

Copyright by Nguyễn Minh Hải 2018. All Rights Reserved.

A Sad Homeland

Original Song: Một Quê Hương Buồn, published: 2018
Author: Nguyễn Minh Hải
Translated by VuongThanh

I seek the self that I was of the old days
Through the high mountains and the misty seas faraway
I seek the self that was so battered
The illusionary self lost in this earthly world
I seek in the many prisons that man had made
A sad life of slavery for the yellow-skinned race

Chorus:
Feeling grieved and confused on thinking about my homeland
Seems like someone's asking me about my roots, and who I am
Feeling disoriented from the calling of one another
Greetings in my homeland suddenly seem strange and unfamiliar
Feeling disoriented since the first sounds in the cradle
and the chanting of the sutras for life's ephemeral nature

I seek the self that I was of the old days
The soul saddened with the heavy rains falling on the long journeys
I seek the self that was a citizen of my home country
Sobbing inside while living in an exiled land.

I seek... and keep on seeking
Seek in hopelessness for a Vietnam that was...

Tôi tìm một bóng tôi xưa

Non cao dốc thẳm mịt mờ trùng khơi

Tôi tìm một bóng tả tơi

Tìm thân huyễn mộng lạc loài trần ai

Tôi tìm ngục thất thiên lao

Ru thân nô lệ da vàng ngẩn ngơ.

ĐK:

Ngẩn ngơ một nước non buồn

Nghe như ai hỏi cội nguồn tôi đâu

Ngẩn ngơ từ tiếng gọi nhau

Quê hương nghe lạ từng câu nói chào

Ngẩn ngơ từ tiếng trong nôi

Ru câu kinh khổ bụi mờ chân mây.

Tôi tìm một bóng tôi xưa

Hồn trăm mưa lũ giăng sầu đường xa

Tôi tìm một bóng dân tôi

Khóc than đi đứng giữa trời lưu vong.

Tôi tìm tìm mãi tôi ơi

Tìm trong vô vọng một trời Việt Nam

March into Thăng Long

Original Song: Tràn Vô Thăng Long, published: 2017
Author: Trần Kim Bằng
Translated by VuongThanh

Verse 1: For the future of our fatherland,

The young men march on the road.

Sharing the same blood heritage of legendary ancestors,

We need to unite our strengths together,

And fight for a bright future of Vietnam.

Rise Up! O my country's kinswomen and kinsmen

Let us wipe away obstacles in our path

No matter how dangerous or difficult,

We will persevere together!

Our fatherland's currently in shackles and shambles

We pledge our hearts and lives for a Glorious, Free Vietnam.

Verse 2: O My Brothers and Sisters, let's be on our way

We will uncover the corrupted traitors,

And destroy the greedy invaders.

Help our country survive this difficult times

Wipe out the corruptions, the injustices, and the crimes

O My Brothers and Sisters, let us all lend our hands

For the future generations of our people,

We must be of one heart and mind.

For we are the children of the Dragon King and the Mountain Fairy.

We will rise up and be worthy of our proud ancestry.

Chorus:

Our history does not lack heroes

Our ancestors had fought and gloriously won many battles

Multiple times, the waves of Bạch Đằng River wiped out the
    enemies.

At Lung Nhai, strangers became blood brothers,

All vowing to expel the Chinese invaders.

We will march together into Thăng Long,

This spring, and raise our swords together

To destroy the cruel and greedy aggressors,

For we are the children of the Mountain Fairy and the Dragon King.

Bridge:

O Young Men and Women of Vietnam, Rise Up!

Don't hesitate to burn the sacred fire

For Freedom and Justice,

We can sacrifice our lives

O Young Men and Women of Viet-Nam, Rise Up!

Don't hesitate to burn the sacred fire

O My Friends, do sing out loud

Million of voices joining together in Freedom Shout!

Tràn Vô Thăng Long

©2017

Tràn Vô Thăng Long

chiến. Chúng ta cùng tràn vô Thăng Long. Ngày xuân vung kiếm nơi sa

trường, diệt quân gian ác bao hung cường. Xóa Khương

Thượng, Ngọc Hồi, Nguyệt Quyết. Đống Đa, Hạ Hồi giặc sợ khiếp. Sáng trên

thành cờ nước nam kiêu hùng. 2. Này... Tuổi trẻ ơi, dửng vùng

lên, ngần ngại chi, đốt lửa thiêng, bạn cùng tôi quyết liều thân đến

đáp ơn sông núi. Tuổi trẻ ơi, dửng vùng lên, ngần ngại chi

đốt lửa thiêng, này bạn ơi hát vang lên triệu tiếng ca oai hùng.

ổ ô ố, ồ ô ố...

©2017

See You, My Saigon Love, in 2016

Original Song: Hẹn Em Sài Gòn Năm 2016
Music: Vĩnh Điện, Poem: Nguyễn Thị Thanh Bình
Translated by VuongThanh

Forty years, why does it not just stay in the Past?

A thousand nights of yearning for a street of yesteryear!

I haven't seen you, Saigon, my love, for a long time since I left

I'm like a purple cloud floating in the silence of exile

For forty years, I have lived a wandering life to forget

Like an exiled prince alone at nights, sleepless

Sword had been sharpened but will it ever be put to the test

Do you not know our country in actuality no longer exist

To live free, many years ago, from the homeland, I had departed

And our love were then ocean-wide separated

My life here, without you, Saigon, is like half-dead

Without homeland, don't think that living in exile is blessed

I will live to wait for the day the demons die

The patriotic anger in my heart still burns in the nights

I see the rain falling and I miss you so

Forty years, the rains still keep falling in my heart

Forty years, I promise to see you, Saigon

I cannot just wite the diary of my love

A thousand years after, I would then be thought heartless

Let's together write the history pages of our Motherland.

HẸN EM SÀI GÒN NĂM 2016

Thơ : *Nguyễn Thị Thanh Bình*
Nhạc : *Vĩnh Điện*

Ad lib. *(tha thiết)*

Bốn mươi năm sao chẳng là dĩ vãng. Vẫn nghìn đêm thương nhớ một con

đường. Em đã lâu chưa bao giờ gặp lại. Ta mấy tim giờ lặng nơi phương đoài.

A tempo (Chậm ♩ = 56)

Bốn mươi năm dài chôn sống đời lãng quên. Như vẫn còn đây thao thức một mình

hoàng. Gươm đã mài xong sao không thành mệnh lệnh. Em đâu biết rằng giờ nước mất hay

còn. Nghĩ cùng đáng ai bảo rời quê mẹ. Vì phận nước đành cùng lỡ tình

nhau. Cứ tưởng xa người chết được cho mau. Mất quê hương đừng tưởng sống như thường.

Sống để sống ngày quý dữ nằm chết. Hờn cố quốc còn réo gọi bên trời.

Cứ thấy mưa rơi phải nhớ một người. Bốn mươi năm mà ngỡ mưa còn rơi. Bốn mươi

năm xin hẹn Em Sài Gòn. Đâu thể ngồi viết nhật ký tình ta. Ngàn sau

nữa sẽ trách mình vô tình. Hẹn cùng nhau viết lịch sử quê nhà.

Sell Coal

Original Poem: Bán Than
Author: Trần Khánh Dư (1240 - 1340)
Translated by VuongThanh

Carrying a shoulder pole of heaven and earth down the mount'n

Passersby ask me what's being sold, and I tell them "coal"

Doesn't care how much's made as long as the money's clean

Don't mind a little gain or loss for these motley chunks of firewood

Live true to my love vows this entire life

Will see if iron and stone can stand the fire

My face's begrimed and I have considered another line of work

But then I'm afraid that many people will be cold.

Một gánh kiền khôn quẩy tếch ngàn
Hỏi chi bán đó, dạ rằng than
Ít nhiều miễn được đồng tiền tốt
Hơn thiệt nào bao gốc củi tàn
Ở với lửa hương cho vẹn kiếp
Thử xem sắt đá có bền gan
Nghĩ mình lem luốc toan nghề khác
Nhưng sợ trời kia lắm kẻ hàn

Overall Poem about Thuy Kieu

Original Poem: Tổng Vịnh Kiều
Author: Nguyễn Khuyến (1835-1909)
Translated by VuongThanh

The dream of Thuy Kieu, clever like a smile

Waking up, her spring years had already half passed by

For what reason is her fate so turbulent?

Too much beauty and talent can be troublesome

The flower of Thúy Garden, its fragrance still appealingly fresh

The water of Tiền River did not wash off her love debt

No wonder Scholar Kim keeps pursuing her for so long

With unchanging determination to pick up the tail part of her song.

Kiều nhi giấc mộng khéo như cười,

Tỉnh dậy xuân xanh quá nửa rồi,

Số kiếp bởi đâu mà lận đận ?

Sắc tài cho lắm cũng lôi thôi!

Cành hoa vườn thúy duyên còn bén,

Giọt nước sông Tiền nợ chửa xuôi.

Chẳng trách chàng Kim đeo đẳng mãi,

Khăng khăng vớt lấy một phần đuôi.

Nostalgic Regrets

Original Poem: Cảm Hoài
Author: Đặng Dung (1373 - 1414)
Translated by VuongThanh

Many events are happening in the world,

Yet I'm growing old

What's to be done?

The earth's wide,

The sky's high,

All's in a feast of revelry, singing, and wine.

When luck strikes,

even a common person can be easily successful.

When the opportunity passed,

a hero drinks bitter cups of regrets.

To help my liege lord,

my heart desires to hold the earth's spindle and turn it around.

I want to have the troops's armors and weapons washed,

But there's no route to pull water from the Milky Way River down.

The country's debt of vengeance has not been paid,

Yet my hair's already gray.

Many long nights, sharpening my sword under the moonlight.

Thế sự du du nại lão hà
Vô cùng thiên địa nhập hàm ca
Thời lai đồ điếu thành công dị
Sự khứ anh hùng ẩm hận đa
Trí chúa hữu hoài phù địa trục
Tẩy binh vô lộ vãn thiên hà.
Quốc thù vị báo đầu tiên bạch
Kỷ độ Long Tuyền đới nguyệt ma.

Close the Sea Gate

Original Poem: Quan Hải, published: 1400s
Author: Nguyễn Trãi
Translated by VuongThanh

Lines and lines of wooden stakes facing the sea waves

Iron blockage chains under the river also used in the same manner

When a boat's overturned, we then know that people are not unlike

      water

Rather believe in Destiny than to rely on perilous terrain

Calamity and Fortune have their causes,

They are not formed in just one day.

Unfortunate heroes leave regrets for many generations

Since olden times, the universe has subtle plans and infinite

      inspirations

Like the vast sea, like the smoke and trees in the distant horizon...

Thung mộc trùng trùng hải lãng tiền

Trầm giang thiết toả diệc đồ nhiên

Phúc chu thủy tín dân do thủy

Thị hiểm nan bằng mệnh tại thiên

Hoạ phúc hữu môi phi nhất nhật

Anh hùng di hận kỉ thiên niên

Kiền khôn kim cổ vô cùng ý

Khước tại Thương Lang viễn thụ yên

Self Depiction on Taking Exam

Original Poem: Đi Thi Tự Vịnh, published: 1800s
Author: Nguyễn Công Trứ
Translated by VuongThanh

Leave empty-handed, but rather not return empty-handed

The debt of being a scholar needs to be repaid!

Although I enjoy spending life in a peaceful garden plantation,

I had promised myself to a life of endeavours and action

If one was born and given a name in this world

He should leave something for history to remember him by

Living in society, it's not easy to know

Until events occur, who's the real heroes.

Đi không, chẳng lẽ trở về không?

Cái nợ cầm thư phải trả xong!

Rắp mượn điền viên vui tuế nguyệt

Trót đem thân thế hẹn tang bồng

Đã mang tiếng đứng trong trời đất

Phải có danh gì với núi sông

Trong cuộc trần ai, ai dễ biết?

Rồi ra mới rõ mặt anh hùng

Calligraphy by Artist Văn Tấn Phước

A Pilgrim Evening

Original Poem: Buổi Chiều Lữ Thứ, published: 1800s
Author: Bà Huyện Thanh Quan
Translated by VuongThanh

Evening sky with the sunset on the horizon

Sound of the conch from afar, mixed with the beating of drums

Tapping the buffalo horn, the shepherd goes back to his remote
        village

Putting the paddles at rest, the fisherman returns to a faraway town

Thousand of cherry blossoms blown in the wind,

Birds exhausted from their long flights.

Evening dew falling on miles of willow branches,

The wayfarer walks hurriedly to his destination.

One's in her chamber, the other, pilgriming

With whom can I confide my feelings?

Chiều trời bảng lảng bóng hoàng hôn,

Tiếng ốc xa đưa lẫn trống đồn.

Gác mái, ngư ông về viễn phố,

Gõ sừng, mục tử lại cô thôn.

Ngàn mai gió cuốn chim bay mỏi,

Dặm liễu sương sa khách bước dồn.

Kẻ chốn trang đài, người lữ thứ,

Lấy ai mà kể nỗi hàn ôn?

Crossing Ngang Pass

Original Poem: Qua Đèo Ngang
Author: Bà Huyện Thanh Quan
Translated by VuongThanh

As I walk toward the Ngang Pass, the sun had just set

Grasses and plants crowd the rocks, leaves mingle with flowers

Some wood-cutters, at the mountain's foot, bent down at work

A few shops lie scattered by the riverside

Longing for motherland, the "Quốc" bird cries out its heart

Longing for home, the "Gia" bird unceasingly cries for home

Stopping here, gazing at the mount'n, river, and sky

My heart's full of feelings, with only I and I...

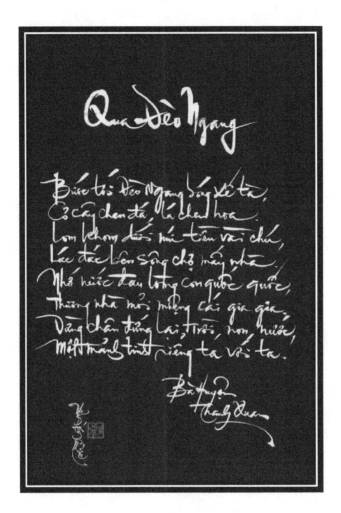

Calligraphy by Artist Văn Tấn Phước

A Letter of Love to Nguyễn Du

Original Poem: Nhớ Chuyện Cũ Viết Gửi Nguyễn Hầu
Author: Hồ Xuân Hương
Translated by VuongThanh

Away from home with thousands of fervent longings

Who can I ask to go there to send you my heart's feelings

The love in my heart had been, so quickly, three years already

But it was only a dream that will soon turn into nothing!

I'm quietly happy for you to see from afar your festive wedding

Looking at myself in the mirror, I feel sorry for my rough fate,

Will there still be some love left for me

A lonely shadow on an upper moonlit story.

Dặm khách muôn nghìn nỗi nhớ nhung,
Mượn ai tới đấy gửi cho cùng.
Chữ tình chốc đã ba năm vẹn,
Giấc mộng rồi ra nửa khắc không.
Xe ngựa trộm mừng duyên tấp nập,
Phấn son càng tủi phận long đong.
Biết còn mảy chút sương trên mái
Lầu nguyệt năm canh chiếc bóng chong

Spring Orchid Pavillion Melody

Original Poem: Xuân Đình Lan Điệu
Author: Hồ Xuân Hương
Translated by VuongThanh

Night with crescent moon, a silent me on the balcony

In the morning, on rising up, I hear the gongs

At evening, on lying down, I also hear the gongs

About midnight, the melody of "Sad River" rises in mid-air

We are kindred spirits,

Our situations are similar

Longings for you rising in the night

My heart's at the Vu Sơn mount'n peak

My soul's at the Vu Sơn mount'n peak

We fall in love during our first encounter

When at leisure, I'm thinking of you

When feeling tired, I'm also thinking of you

A garden of brightly green leaves, and pink almond trees

A luxurious city life was just a memory

This morning, I again see a few pink flowers

Please don't ask Spring to go with you, dear orioles

The peach blossom not strong enough to withstand the loneliness

The cool breeze on a moonlit night

Brings fragrance to the poet's side.

Nguyệt tà nhân tĩnh thú lâu trung.

Ngoạ thính đồng long,

Khởi thính đồng long,

Dạ bán "Ai giang" hưởng bán không.

Thanh dã tương đồng,

Khí dã tương đồng,

Tương tư vô tận ngũ canh cùng.

Tâm tại Vu Phong,

Hồn tại Vu Phong,

Ân ái thử tao phùng.

Nhàn ỷ đông phong,

Quyện ỷ đông phong,

Nhất viên hồng hạnh bích thanh thông.

Phồn hoa tích dĩ không,

Kim triêu hựu kiến sổ chi hồng.

Oanh nhi mạc đới xuân phong khứ,

Chỉ khủng đào yêu vô lực tiểu đông phong.

Phong thanh nguyệt bạch,

Bả kì hương nhập khách ngâm trung.

Early Apricot II

Original Poem: Tảo Mai II, published: 13th century
Author: Trần Nhân Tông
Translated by VuongThanh

Five days afraid of the chill, I was lazy to go outside

But the spring wind has already, to the lonely tree, arrived

The tree shadow falls on the water surface, the ice's dissolving

The flower hang heavily on the branchtop, the weather's not yet warm

The Thúy Vũ (1) song sinks into the moon on a village mount'n

The sound of the dragon-decorated flute, touches the Ngọc Quan (2)

clouds

A flower branch appears in the dream about an old friend

On waking up, I cannot give it to you as a present.

(1) Literally translated as emerald green bird's feather.

(2) Literally translated as Jade Country Border's Gate

Ngũ nhật kinh hàn lãn xuất môn,

Đông phong tiên dĩ đáo cô côn (căn).

Ảnh hoành thuỷ diện băng sơ bạn,

Hoa áp chi đầu noãn vị phân.

Thúy Vũ ca trầm sơn điếm nguyệt,

Họa long xuy thấp Ngọc Quan vân.

Nhất chi mê nhập cố nhân mộng,

Giác hậu bất kham trì tặng quân

Dịch nghĩa:

Chỉ năm ngày sợ rét lười ra khỏi cửa,

Mà gió xuân đã sớm đến với gốc cây cô đơn.

Bóng ngả trên mặt nước, băng giá bắt đầu tan,

Hoa trĩu nặng đầu cành, hơi ấm chưa định rõ.

Giọng ca Thuý vũ lắng chìm mặt trăng xóm núi.

Tiếng sáo Hoạ long ẩm ướt đám mây Ngọc Quan.

Một cành hoa lạc vào giấc mộng cố nhân,

Tỉnh dậy, không thể đem tặng anh được.

Spring Harbor

Original Song: Bến Xuân
Authors: Văn Cao & Phạm Duy
Translated by VuongThanh

My house by the bridge over the water
You come visit me one day
Many forest birds flock together,
All over the spring harbor.
Pairs of wings fluttering white,
Singing in quiet delight:
U ú ù u ú
The cherry branch glistens with sunshine
The birds singing song of love and affection
Their voices resonating in the far distance
U ú ù u ú
Feeling ecstatic with the season's spirit and its fragrance.

Helping each other onto the hill's steep path
We see the birds envying our words of love
On reaching here, we both hesitantly stop
Your eyes like the shape of a boat reflecting in the water
Your dress swaying in the caressing breeze of the spring harbor.

A vast mist covers the hills and mountains
O The brown sails on the sea waves in the far horizon...
The orioles singing,
The swallows entering the clouds,
Those away from their hometowns,
Their hearts filled with nostalgia...

Nhà tôi bên chiếc cầu soi nước
em đến tôi một lần
bao lũ chim rừng họp đàn
trên khắp bến xuân
từng đôi rung cánh trắng
khe khẽ ca
U ú ù u ú
Cành đào rung nắng chan hòa
chim ca thương mến
chim ngân xa
U ú ù u ú
Hồn mùa ngây ngất trầm vương

Dìu nhau theo dốc mới
nơi ven đồi
còn thấy chim ghen lời âu yếm
đến đây chân bước cùng ngập ngừng
mắt em như dáng thuyền soi nước
tà áo em rung trong gió nhẹ thẹn thùng ngoài bến xuân

Sương mênh mông che lấp kín non xanh
ôi cánh buồm nâu
còn trên lớp sóng xuân
ai tha hương nghe
ríu rít oanh ca
cánh nhạn vào mây thiết tha
lưu luyến tình vừa qua

My house feels empty and I, disoriented
When you're away from me one evening
The water harbor's deserted,
But your lovely face and figure
Still reflected in the water.

Pairs of birds in the sunshine
quietly sing a lullaby
U ú ù u ú
Like the teardrops of the season, the leaves are falling
The birds twitter sounds of longing,
Their voices resonating in the far distance.
U ú ù u ú
Where's the season's spirit returning to?

He departed years ago on a rainy and windy day
Today, with wandering feet, he returns to this place
Here, the horizon's filled with hills and mountains and clouds
The willow trees and their swaying leaves over the river,
the golden sunshine and the clear water,
welcome, and wash the dust-covered shirt
of the spring harbor's visitor.

Nhà tôi sao vẫn còn ngơ ngác
em vắng tôi một chiều
bến nước tiêu điều còn hằn in nét đáng yêu

từng đôi chim trong nắng
khe khẽ ru
U ú ù u ú
Lệ mùa rơi lá chan hòa
chim reo thương nhớ
chim ngân xa
U ú ù u ú
Hồn mùa ngây ngất về đâu

Người đi theo mưa gió xa muôn trùng
lần bước phiêu du về chốn cũ
tới đây mây núi đồi chập chùng
liễu dương tơ tóc vàng
trong nắng
gội áo phong sương
du khách còn ngại
ngùng nhìn bến xuân
Bèo dạt mây trôi

Some Lifetime to Love Each Other

Original Song: Kiếp Nào Có Yêu Nhau, published: 1958
Music: Phạm Duy, Poem: Minh Đức Hoài Trinh
Translated by VuongThanh

Don't look at me anymore, my love

The youthful flower had faded

The virginal fragrance's already gone.

Don't look at me, don't look at me anymore, my love

The eyelids had closed, the lips's forgotten its smile

You must've already forgotten me

The autumn moon broke into two halves

The birds flying in a distant, misty world...

Should I see you, should I see you or not?

If someone would just send words for me,

"That the once vibrant flower's now forlorn

Sleepless nights on cold pillow."

If there's some lifetime for us to love each other

Then please seek for me in a future life

When the youthful flower hasn't yet bloomed

When youthful love does not yet khow fear

Đừng nhìn em nữa anh ơi

Hoa xanh đã phai rồi

Hương trinh đã tan rồi

Đừng nhìn em, đừng nhìn em nữa anh ơi

Đôi mi đã buông xuôi, môi răng đã quên cười.

Hẳn người thôi đã quên ta

Trăng Thu gẫy đôi bờ

Chim bay xứ xa mờ.

Gặp người chăng, gặp người chăng, nhắn cho ta

Hoa xanh đã bơ vơ đêm sâu gối ơ thờ.

Kiếp nào có yêu nhau

Thì xin tìm đến mai sau

Hoa xanh khi chưa nở

Tình xanh khi chưa lo sợ

If we have ever loved each other

Then please wipe away all your distress

Where are you now, my love?

Where are you now, my love?

Don't look at me anymore, my love

We already parted our own separate ways

We'd already forgotten one another

Still looking, still looking at me for what, my love

The tears'd poured for a singing voice that passed away

Don't look at me anymore, my love!

Bao giờ có yêu nhau
Thì xin gạt hết thương đau
Anh đâu anh đâu rồi?
Anh đâu anh đâu rồi?

Đừng nhìn nhau nữa anh ơi
Xa nhau đã xa rồi, quên nhau đã quên rồi
Còn nhìn chi, còn nhìn chi nữa anh ơi
Nước mắt đã buông rơi theo tiếng hát qua đời
Đừng nhìn nhau nữa... anh ơi!

Like Being Young Again

Original Poem: Như Đời Trẻ Lại, published: 1970
Author: Tuệ Mai
Translated by VuongThanh

Whatever life turns out to be

I still love, I still love life

Whatever the world's like

I still believe, I still believe in people

Even though the days of youth already gone

Even though the youthful love of my life had faded

My heart still delights in the sounds of birds singing

My heart's still the color of a blooming flower in the early morning

I live my life like a child

I hold in my mind a lot of idle thoughts

It's really night, but I feel the pink sunshine of the morning

It's raining all around us, but I hear the sounds of kids playing

I'm going now with a soul full of faith

(Please don't make me go into any worshipping place)

A dress of innocence, a flag of serene suffficiency

Me with the vastness of nature, me with the thousands of colors

Mặc dầu đời như thế nào
tôi vẫn yêu, tôi vẫn yêu đời
mặc dầu người như thế nào
tôi vẫn tin, tôi vẫn tin người

Mặc dầu tuổi xanh qua mau qua mau rồi
mặc dầu niềm thương đây đó tàn phai
lòng ta vẫn rộn ràng âm thanh chim hót
Lòng vẫn sắc màu hoa nở sớm mai.

Ta mang đời ta như đời trẻ dại
ta ôm đầy mình toàn nỗi vu vơ
đêm đấy chứ, nhưng nghe hồng buổi sáng
mưa vây quanh, nhưng nghe tiếng nô đùa .

Tôi vẫn đi đây lòng đầy tín ngưỡng
(xin đừng bắt vào thờ phụng nơi đâu)
sắc áo hồn nhiên sắc cờ tự tại
tôi với mênh mang, tôi với muôn màu

I'm going now, I really am going now
Don't ask me the destination, don't ask me how long
Throughout the four seasons, most people know their business
But I'm useless like a flying bird or butterfly ...

Tôi đang đi đây, tôi đang đi đây
đừng hỏi tới đâu, đừng hỏi bao ngày
xuân hạ thu đông người rành rẽ việc
tôi vô dụng hoài như chim bướm bay ...

Lotus Flower by Artist Thanh Trí

Saigon, Season of Longings

Original Poem: Sài Gòn Mùa Nhớ
Author: Minh Vân
Translated by VuongThanh

New season has just arrived, my darling
Saigon just somewhat cold, with bright sunshine this morning
Well dressed people thronging the streets,
Invokes memories romantically sweet of the young days...

Year's end in Saigon is a pretty sight
Streets're filled with sparkling flower lights
My heart beats excitedly each step
as I recall memories... of a Christmas night

Saigon, a paradise of a young girl
The crape myrtle with its bright purple,
the romance tree of waiting for one's beloved.
How many years had it been, my darling?
From somewhere comes the melody of yesteryear's evening

The Saigon that was in your heart and in my heart
Still deliciously sweet like a dish of ice cream
Still vibrantly alive with the bustling sounds of the past
Each time I'm away, I dream of returning...

Saigon of today, I'm still here
Reminiscing cherished memories this evening
The sound of piano music rises softly in the air
A delicate fragrance of love just for you, my darling.

Trời đã sang mùa rồi đó anh
Sài Gòn se lạnh nắng hanh hanh
Dập dìu khăn áo người xuống phố
Gợi chút hương xa những ngày xanh

Sài Gòn cuối năm thật dễ thương
Lung linh đèn hoa khắp nẻo đường
Tim nhỏ xốn xang từng nhịp bước
Mùa giáng sinh nào hồn vấn vương

Sài Gòn của thiên đường tuổi thơ
Sắc tím bằng lăng, tím đợi chờ
Đã bao năm tháng rồi anh nhỉ ?
Còn mãi đâu đây khúc vọng xưa

Sài Gòn trong anh và trong em
Vẫn ngọt ngào như ly chè kem
Vẫn rộn ràng thanh âm ngày cũ
Mỗi một rời xa, càng nhớ thêm

Sài Gòn nơi này , em còn đây
Kỷ niệm đong đầy ấm một vòng tay
Tiếng dương cầm rơi trong chiều muộn
Một thoáng hương thầm anh có hay ?

Vỹ Dạ Village

Original Poem: Đây Thôn Vỹ Dạ
Author: Hàn Mặc Tử
Translated by VuongThanh

Why not come back to see Vỹ Dạ village?
Watch the sunshine rising over the areca palm trees
Whose garden's so lushly green like jade
With a girl's square face
hidden and revealed by the bamboo leaves...

The wind follows its path; the clouds, theirs
The rivulet looks depressing with swaying corn flowers
Whose boat's docking in the pier of the Moon River,
Will it bring the moon home in time tonight?

She dreams of a visitor from a land far away
Her dress so pure white, it's hard to recognize its wearer
Here, fog and smoke blur even a human shadow
Who would know if whose love's still ardent or not?

Sao anh không về chơi thôn Vỹ
Nhìn nắng hàng cau nắng mới lên.
Vườn ai mướt quá xanh như ngọc
Lá trúc che ngang mặt chữ điền.

Gió theo lối gió, mây đường mây,
Dòng nước buồn thiu, hoa bắp lay...
Thuyền ai đậu bến sông Trăng đó,
Có chở trăng về kịp tối nay?

Mơ khách đường xa, khách đường xa
Áo em trắng quá nhìn không ra...
 đây sương khói mờ nhân ảnh
Ai biết tình ai có đậm đà?

Forty Years

Original Song: Bốn Mươi Năm
Author: Ngọc Long
Translated by VuongThanh

Forty years, my hair's turning gray
Darling, do you still wear eye makeup each day?
Forty years – the sky rains tears of divided love
Evening shadow follows me on the wandering road...

Forty years, the river has been flowing forever
Which river current loses itself in the sea
Waves afar do not return to the waiting harbor
The love harbor just wait and wait in sorrow...

The stars silently fall in the lonely night sky
Tears of broken dreams swell up in my eyes
Showing its last lights, a late night star forever disappeared
Leaving in my soul a world of longings for yesteryears

Forty years, life has become exhausting
Many dreams of youth but they all fade away
Forty years of living in daily melancholy
Feeling lost and rootless in a foreign city
Even my shadow on the evening street seems out-of-place.

Bốn Mươi Năm

năm sợi tóc bạc màu em có còn điểm trang mắt nâu Bốn mươi

năm trời làm mưa Ngâu Đường tôi đi bóng chiều theo sau Bốn mươi

năm giòng nước chảy hoài con nước nào lạc ra biển khơi Sóng xa

khơi không về bến đợi Bến chờ bến đợi, bến quạnh hiu. Từng vì

sao rơi trong đêm đơn côi Giọt lệ rưng rưng chiêm bao đêm sâu Một vì

sao khuya rụng rơi cuối đời để lại một trời thương nhớ đầy vơi Bốn mươi

năm đời cũng mệt nhoài Mơ ước hoài rồi cũng tàn phai Bốn mươi

năm thức giấc ngậm ngùi qua phố lạ lạc đường bóng tôi

Copyright ngoclong

The Marks of Love

Original Song: Dấu Tình
Author: Ngọc Long
Translated by VuongThanh

Thought love a dream,

hidden in my mind.

Thought love like a breeze,

Passing by at night.

Thought Love still ardent

even when time flies by.

Thought Love still somewhere,

Waiting just for her.

But Love's not a dream

Distance wears Love thin

But Love's not poetry

But like stormy sea.

Night, gazing at the sky,

seeking for a sign.

The bird that flew away,

Will it ever return?

Will it not return?

Dấu Tình

ngoc long 11/15

Ngỡ tình như ước mơ dấu quanh vào trí nhớ
Ngỡ tình như cơn gió thoáng qua giữa đêm Hè
Ngỡ tình còn thiết tha dẫu qua thời mong nhớ
Ngỡ tình còn đâu đó đợi chờ bóng ai qua
Nhưng tình không là mơ chia xa mòn thương nhớ
Nhưng tình không là thơ sóng xa bờ bão tố
Đêm cùng ô cửa sổ trông chờ dấu chim xưa
Lẽ nào bóng chim qua không bao giờ trở lại
ngoclong có khi nào trở lại

305

The Road Home's Far and It's Wet Outside

Original Song: Đường Xa Ướt Mưa, published: 1980s
Author: Đức Huy
Translated by VuongThanh

Tonight, Time seems to stand still

To let the lovers be lost in a dream

The rain makes it difficult to say goodbye

Since the road home's far and it's wet outside

Your skin like silk, your long hair so soft

Sparkling stars shine brightly in your eyes

Fragrant lips make it difficult to say goodbye

Since the road home's far and it's wet outside

Since the road home's far and it's wet outside

You want me to take you home

Why don't you stay here tonight

Since the road home's far and it's wet outside

Please don't make me take you home.

Please don't go home as the road's too far

Please let the rain keeps falling without ever stopping

To let the lovers be lost in a dream

And forget to say goodbye

Since the road home's far and it's wet outside.

Đêm nay thời gian đứng yên lắng đọng
Cho đôi tình nhân đắm trong giấc mộng
Mưa rơi làm thêm khó câu giã từ
Vì đường xa ướt mưa

Da em lụa là, tóc em xõa mềm
Lung linh trời sao sáng trong mắt em
Môi em làm thêm khó câu giã từ
Vì đường xa ướt mưa
Vì đường xa ướt mưa

Em muốn anh đưa em về
Sao em không ở lại đây đêm nay
Vì đường xa ướt mưa
Đừng bắt anh đưa em về

Anh xin em đừng về đường quá xa xôi
Xin mưa triền miên mãi không lắng đọng
Cho đôi tình nhân đuối trong giấc mộng
Trong cơn ngủ quên trốn câu giã từ
Vì đường xa ướt mưa.

A Sad Love Song

Original Poem: Khúc Ca Buồn, published: 2019
Author: Thiên Di
Translated by VuongThanh

Why am I not a stone
to be indifferent to life's currents.
Why am I not the wind
to joyfully wander in the world.

In the vast realm of quietness,
I pick the fallen yellow leaves
The day passes by quietly,
Like the cloud floating idly across the sky.

Wish I were a streamlet
Gently flowing in the old forest
In relaxed company with the beasts and the trees
A hundred years not touched with sorrow

Wish to be a bird flying in the high sky
A messenger of love letters
To those who still dream
and wait for Love.

Autumn's here again with pale sunshine
Yellow daisies bloom, giving light fragrance
Even if one day my heart turns into stone
Love's forever kept in its core.

Sao ta không là đá
Trơ trơ mặc dòng trôi
Sao ta không là gió
Vô ưu, gió rong chơi

Mênh mông trong cõi vắng
Nhặt những mùa vàng rơi
Mênh mông ngày thầm lặng
Dõi mây bay ngang trời

Thèm như con suối nhỏ
Róc rách tận rừng sâu
Vui cỏ cây, muông thú
Trăm năm không vướng sầu

Là cánh chim trời rộng
Đem những tờ thư xanh
Tặng ai còn mơ mộng
Luôn khắc khoải chờ mong

Thu lại thu, nhạt nắng
Cúc vàng nhẹ thoảng hương
Dù mai tim hóa đá
Vẫn giữ mãi ...tình thương...

Empty a Cup of Dreams

Original Poem: Cạn Chén Mơ
Author: Thiên Di
Translated by VuongThanh

There's a sound of a bird fading into the far distance
There's a season of red Jiracanda flowers suddenly forgotten
There's passions that no longer burn
A few drops of sadness falling in the night

The laurel tree in the garden corner
blooms bright white flowers
Its fragrance spread with late night dewdrops falling
A wide world in a little corner,
the tree stretch its branches and leaves
Who knows that the wind will be going to somewhere faraway...

Certain feelings lie quietly in my heart,
I will no longer mention them
The cup of dream, illusionary and cold on my lips
The moonlight, under the lake, quietly sleeps
There's only golden autumn blowing the leaves...

Có tiếng chim phai vào xa vắng
Có mùa phượng đỏ chợt lãng quên
Có những nồng nàn không cháy nữa
Lạc đôi giọt buồn về trong đêm

Nguyệt quế góc thềm hoa trắng xóa
Hương thơm tỏa đượm dưới sương khuya
Thênh thang góc nhỏ xòa cành lá
Nào biết chiều nay cơn gió xa...

Ta lắng chuyện lòng không nhắc nữa
Chén mơ hư ảo lạnh trên môi
Ánh trăng đắm dưới hồ yên ngủ
Chỉ có thu vàng lá cuốn... rơi...

An Exile's Sorrow

Original Poem: Niềm Lữ Thứ
Author: Nguyễn Minh Các
Translated by VuongThanh

Compose rhyming verses to a friend faraway
Over the sea, floating on clouds, to her place
The verse replies, beautiful like flowers
Warming the heart of an exile
At the other end of the world.

So long away from my homeland
Fill my heart with longings
Still feel out-of-place, living in a foreign country
The sorrows of an exile, each day, wear on me

Hope Spring will return to the Motherland:
Prosperity and peace throughout Vietnam
And the Yellow Flag with three red stripes
Will fly everywhere across the homeland.

Gieo vần gửi bạn xa
Tung mây tới hải hà
Sưởi ấm lòng lữ thứ
Xướng họa đẹp lời hoa

.

Tha thiết tình quê Mẹ
Đăng đẳng nỗi xa nhà
Bâng khuâng buồn lạ xứ
Lưu vong mực xót xa

.

Mong Xuân về quê Cha
Thịnh trị nước non nhà
Cờ Vàng ba sọc đỏ
Tung bay khắp gần xa

Night Waiting for Moonlight

Original Poem: Đêm Đợi Trăng, published: 2010s
Author: Mục Tú
Translated by VuongThanh

A wandering night with stars filling the sky

Waiting and waiting for a voice, gentle like a lullaby

Feeling sad, knowing that the wind had forgotten...

Through the night, sitting by the terrace, awaiting moonlight...

The autumn road not yet turned yellow

The forest leaves still hang on the trees

But my dream always so faraway

It's at the end of the Milky Way

Life's full of people going back and forth

Some seem to be very near but really a world away

Rain returns to make August shivers with wet and cold

To make thin shoulders lean on an empty moonlit void

Seems like I'm feeling a little wistful

What triggers our meeting each other in this vast universe.

I know that your place's very far away,

But where is it so I can visit you one day.

Đêm hoang tinh tú đầy trời
Miên man tôi đợi tiếng người ru êm
Vơi buồn biết gió đã quên
Năm canh hồn vẫn bên thềm chờ trăng.

Lối thu chưa ngập bước vàng
Lá rừng chưa vội héo tàn rụng rơi
Ước mơ vẫn mãi xa vời
tận vì tinh tú mù khơi ngân hà.

Thế gian đông kẻ lại qua
Người như gần lắm nhưng xa mịt mùng.
Mưa về cho tháng tám run
Cho bờ vai mỏi tựa vùng trăng rơi.

Dường như có chút bồi hồi
Vì đâu gặp gỡ giữa đời mênh mông
Hỏi rằng nơi ấy xa xăm
Là nơi nào để tôi thăm một ngày.

My Nun's Heart Forgetting Scriptures

Original Poem: Lòng Tôi Sư Nữ Quên Kinh Kệ
Author: Mục Tú
Translated by VuongThanh

The Blue Sky still shed leftover teardrops
Making the dress of Autumn soaked with rain
By the windowsill, the seasons passed by in silence
The moon no longer shines on a past love

Watching autumn in her glorious dress without interest
On a cloud path, a lonely bird flying, without care for the sights
The sounds of distant temple gongs pass into a dream
Causing reverberations across time and space.

Who brings longings into the soul
To let autumn feel the sunset's sorrow.
The color of maple leaves like the heart of a wandering exile
A red sky in the late afternoon touches an aching melancholy.

When we first met, I was a lonely person
Since our love broke, I'm like a nun
Praying in the temple, but forgetting the scriptures
I'm still thinking of you.

Wavering steps without a definite direction
Fingers counting the praying beads in sad silence
If there wasn't love and parting sorrow in human life
What would the meaning of Heaven be?

Trời xanh vẫn nhỏ dòng dư lệ
Để áo thu buồn thấm ướt mưa
Song lạnh mấy mùa đan quạnh quẽ
Trăng không về lại cuộc tình xưa

Thu mãi điểm trang với hững hờ
Đường mây cánh hạc vẫn thờ ơ
Tiếng chuông trôi lạc vào hư ảo
Lay động muôn trùng dội tiếng tơ

Ai mang nhung nhớ gửi vào hồn
Cho thu sầu muộn rụng hoàng hôn
Sắc phong có thắm lòng lữ thứ
Ráng đỏ chiều nay ngập tủi hờn

Đã khép đường tơ mấy bậc sầu
Lòng tôi cô phụ buổi sơ giao
Giờ như sư nữ quên kinh kệ
Quỳ trước thiền môn vẫn nhớ nhau.

Từng bước ngập ngừng chẳng hướng đi
Tay lần từng hạt chuỗi sầu bi
Giá như không có miền tục lụy
Thử hỏi thiên đàng có nghĩa chi ?

Dinh Điền Coffee

Original Poem: Cà Phê Dinh Điền
Author: Cao Nguyên
Translated by VuongThanh

Hey, shop owner lady, give us some more chairs
We'll sit here under the old pine tree
These old pine trees remind us of a lot of memories
after over forty years of changing skins and leaves

Like you and me, we have changed our residences many times
But we still long for the faraway mount'n ranges
running across Chư Pao to the Virgin Mother's hill
Standing from Dragon Chin, one can see the Plieme's top
I remembered walking on the dry, cracked paved roads
that were stained with the blood of my fellow brothers

Let's drink – don't grieve over the past
each drop of coffee's bitter, but still tastes great
like the past months and years – very sad, but also beautiful
we were zealous even in our unhappiness
Since I started on the harsh journey,
I'd met and seen a lot of sufferings
my heart broken many times with the pains of loss...

Này cô chủ, cho thêm vài chiếc ghế
bọn tôi ngồi đây dưới cội thông già
những cội thông nhắc bao điều kỷ niệm
sau hơn bốn mươi năm thay lá đổi da

như bạn và ta, đã bao lần thay nơi trú ngụ
vẫn cứ nhớ về những đỉnh núi xa
qua Chư Pao, đến đồi Đức Mẹ
đứng từ Hàm Rồng thấy đỉnh Pleime
những dấu chân ta trên đường khô nức nẻ
còn đọng hồng giọt máu anh em

uống đi chứ - ngậm ngùi chi quá khứ
giọt cà phê nào cũng đắng, nhưng ngon
như những tháng năm qua - rất buồn, mà đẹp
vẫn nhiệt nồng trong nỗi xót xa
từ lúc bước vào cuộc hành trình cay nghiệt
ta đã đi, chân chạm lắm thương đau
tim đã vỡ với bao lần ly biệt...

Drink it up, the coffee's getting tasteless
Night's coming and it's getting cold
Let's keep both the sad and happy memories of those days
as gifts to our children

Oh. Goodbye Young Shop Owner Lady
"Miss Pleiku with red cheeks and rosy lips"

uống hết đi, mùi cà phê đã nhạt
đêm đang vào, sương xuống lạnh vai
hãy cất giữ những buồn vui thuở ấy
làm của hồi môn cho con cháu chúng mình !

Thôi tạm biệt nhé - cô chủ nhỏ
"Em Pleiku má đỏ môi hồng".

The Hat
Painting by Artist Thanh Trí

Music Waves

Original Poem: Sóng Nhạc
Author: Bùi Tiến
Translated by VuongThanh

Whether it uses several pitches, or many notes
However different the rhythms, chords and melodies
Music's inspiring idea flows in one's blood
Resonating in each beat a moment of delight

My darling, the music's rising like the moonlight
Across thousand of miles, it arrives to your side
The brook brings melody, the birds - music
The dewdrops of early dawn trickle with each heartbeat

The waves of the sea rise and fall dramatically
The forest pines in chorus sing a nostalgic melody
The clouds turn a gentle pink on the mountaintop
The rhythms of Nature's music inspire the heart

Early morning sunshine, wonderfully cheerful and fresh
Its silk rays of warmth embrace trees, flowers, and grass
The spring wind, perfumed with Nature's scents
Enchanting like the innate fragrance of your hands

Music from thousands of horizons, since millenniums past
And you, my love, thousands of lifetimes, before and after
The fragrance of love, inspired from many sources
A chance meeting but seems like we always had each other.

Dù cho mấy bậc, mấy mươi cung.
Tiết tấu, âm giai, mấy nốt trùng.
Ý nhạc vuốt đi trong huyết quản,
Rung lên từng nhịp xuất thần chung.

Nhạc đã lên rồi, dẫu lặng câm.
Em ơi, vạn lý, chuyển âm thầm.
Suối reo đưa điệu, chim đưa nhạc.
Sương sớm buông từng giọt tới tâm.

Sóng biển oà lên thật chứa chan,
Vi vu xao xuyến rặng thông ngàn.
Bâng khuâng mây ửng bên triền núi.
Từng nhịp tơ và nhịp cảm quan.

Nắng sớm tươi hồng vương đó đây,
Vương trong từng cánh nụ hoa này;
Hương đưa thoang thoảng thơm trong gió,
Mướt búp xuân và nuột búp tay.

Nhạc tự ngàn phương, tự thuở nào,
Em từ muôn kiếp, trước và sau.
Hương duyên ngưng đọng từ muôn hướng,
Không hẹn mà như đã có nhau.

A Blade of Withered Grass

Original Poem: Ngọn Cỏ Úa
Author: Mạc Ẩn
Translated by VuongThanh

I sit here under the shade of the trees

Seeing a rustling blade of grass with fading color of sunlight

Wondering where you are, My Love,

when the bright sunshine fills the sky.

Don't you know why those blades of grass are withering.

A light breeze takes my heart... to the fragrance of yesteryear

In the far horizon, the young blades of grass inertly lie

Don't you know that they will wither and die

on the piece of dry land without rain.

Do you know that under this desolate sky

I sit in loneliness with feverish grief

Through the months and years, my fear grows deep.

One day it will flood and the sunshine will fade

Do you know that outside, the sky is very blue and clear

But my head's bent down in abysmal darkness

How do I restore the sunshine still elsewhere stuck

To see Life in its full glorious colors?

My Love, do you know why the grass's withering?

Is it because of the sunshine burning or the rain flooding?

When Love die, caring for all things will end

The yellow withered grass,

don't they know how their lives are spent?

Anh ngồi đây dưới bóng mát hàng cây

Ngọn cỏ lay vương mầu nắng hao gầy

Em ở đó trời vương mầu nắng nhạt

Có biết không ngọn cỏ úa vì đâu...?

Gió nhẹ đưa lòng vương vấn hương xưa

Lá cỏ non từ đôi mắt xa đưa ...

Em có biết lá cỏ non sẽ úa

Rồi sẽ tàn trên mảnh đất khô mưa.

Em có biết dưới hiên trời hoang vắng

Ngồi chơ vơ trong cơn sốt buồn đau

Nỗi lo sợ kéo dài theo năm tháng

Trời sẽ mưa và nắng sẽ phai mầu

Em có biết ngoài kia trời sáng tỏ

Anh cúi đầu trong bóng tối u mê

Làm sao gỡ vạt nắng trời vương mắc

Để thấy đời vơi đi những nhiêu khê ...?

Em yêu dấu, em có hay cỏ úa

Bởi vì đâu...vì nắng cháy - mưa ngâu ?

Vì tình chết thì u mê cũng hết !

Cỏ úa vàng có cần biết vì đâu ...

Spring Away from Motherland

Original Song: Xuân Tha Hương
Author: Hoàng Hoa
Translated by VuongThanh

Feeling suddenly wistful this afternoon
How many years has Spring come and gone?
The gentle breeze evokes memories...
So long ago...

A farewell journey from the mother country
to a distant, foreign land...
Many years had passed,
but the images of those days
still linger in my heart:
The image of a young, slender girl
stretching her arms
to embrace a new world...

I dream of happiness,
of returning one day to my motherland
I dream of being together
with my family and friends.

I dream of a spring sunshine
warming the wintry hearts
of an oppressed people...
I pray for my motherland:
A day will come to a Prosperous and Liberated Việt-Nam...

xuân tha hương

Hoàng Hoa
(2005)

Chiều nay bâng khuâng mùa xuân đã qua bao lần nghe hồn thêm tê tái Giòng sông nào tiễn đưa người đi tận chốn xa Nghe gió xuân về vương sầu Biệt ly cố hương Năm dài đã nhạt phai hình bóng ngày nao Rung rinh tơ liễu trong gió Dang tay ôm dãy đất người tạm dung

Ước mơ tìm lại hạnh phúc đã

xa bao ngày Ấm êm phút giây đoàn viên

Mạch xuân trào

dâng lung lay cơn gió nắng reo vui ấm cõi lòng

Tan băng giá đơm chồi non cây lòng Nguyện cầu

cho Quê Hương Ngày an lành trên

Quê Hương

Painting by Artist Nguyễn Sơn

April and the Song of Everlasting Sorrow...

Original Song: Tháng Tư Khúc Vạn Cổ Sầu
Music: Hoàng Hoa, Poem: Tuệ Nga
Translated by VuongThanh

I suddenly miss my homeland so much,

while seeing a few strands of grass blown away from its home.

Like the beautiful but melancholic sunset,

ever hiding and showing in the vast sky.

How many rivers for the sorrow in my heart

I recall an early dawn with silky sunshine

The gentle fragrance of the orchid's still in my mind;

Love and longings for my homeland

Like the river flowing back to the sea.

O the green hills with the white clouds communing

Do you hear the storm of injustice rising and plaguing?

The hearts of the exiles are chilly, and desolate like winter snow.

Alas! Where to put to peace the wandering exile's soul,

In this April when the song of everlasting sorrow

is rising in one's heart...

The mournful notes, like a river of sadness

Pouring lines and lines of misty teardrops...

O Motherland, I unwillingly had to become an exile.
Is this just my feelings or is it the sorrow of many a refugee
I still hear the wind of compassion and sorrow
Rising in all directions...

O the wind's rising... The wind's flying....
A hundred years of human lifespan
with so many shifing world events
A day will come when we'll meet again, my friends...

I let float the verses with the April wind,
sending my homeland longings
to the moon goddess's realm.
White clouds fill the sky, white clouds of exile...

My Wishes on Valentine's Day

Original Poem: Những Ước Nguyện
Author: Dương Phương Linh
Translated by VuongThanh

Valentine's Day
The world's busy celebrating the love of couples
Only me these last few days
have some spare time.
Floating in a daydream,
I uncover the mountain clouds,
waiting for a star to fall
to send along a couple of wishes...
The star hides its face
behind the water-soaked cloud curtain.
Shaking its head,
it tells me,
"Wishing makes no difference,
if I fall down, I will choose the place and time.
Who has idle time like you
to dream up bizarre thoughts."
The cloud chuckles,
I suddenly find myself rather silly.

Ngày lễ tình nhân ...
Thế gian bận rộn ngợi ca tình đôi lứa
Riêng tôi hôm rày
hơi thừa mứa rảnh rang
Ngồi vẩn vơ,
tôi vén đám mây ngàn
chờ sao rụng
nhắn đôi lời nguyện ước
Sao giấu mặt sau rèm mây
sũng nước
Lắc đầu bảo tôi
nguyện ước cũng thế thôi
Sao có rơi
cũng chọn chốn, chọn thời
Ai rỗi rảnh như tôi
mà vớ vẩn
Mây khúc khích cười,
tôi bỗng thấy mình
ngớ ngẩn

I will borrow poetry then,
to voice my longings
for an earlier time
when I can stretch out my hands
to touch the wondrous moonlight,
to pick up the plumetting stars
and weave a thousand necklaces
of loving wishes and dreams...

The dreams and wishes
are like the floating wind
arising from the pearl necklace
of Time
from the years of innocent youth
with gentle sadness and joys
but now,
only sorrow remains.

Straighten each wrinkle
of memory
Fix to make full each lost note
of Love
I put away
in the treasure chest's bottom
of wishes,
And send to the world
only the scribbled,
fragmented pieces...

Đành mượn thơ
nuối tiếc thuở son vàng
Thuở vươn đôi tay
khều trăng sáng mênh mang
hái sao rụng
kết nghìn xâu mộng ước

Những ước mộng
là gió trời là lướt
tuồn tuột trôi từ chuỗi hạt
thời gian
Từ năm tháng thơ ngây
buồn, vui đơn giản
đến tháng năm này
chỉ đơn giản nỗi buồn

Vuốt thẳng thớm từng nếp nhăn
kỷ niệm
Sửa cho tròn từng nốt lạc
tin yêu
Tôi mang cất
vào đáy rương
ước nguyện
Gởi vào đời
nguệch ngoạc
những mảng rời

Day Returning to the Sea

Original Poem: Ngày Về Với Biển
Author: Phan Mạnh Thu
Translated by VuongThanh

No rendezvous with the sea, I just return silently

In the thousands of waves after waves,

where to find, but only in memories...

On the sandy hill, the willow trees still show some faded signs

Horses crossed the mount'n pass, their hooves soon far

      out-of-sight.

Is the sea tonight rising with tumultuous waves

The birdmarks of yesteryears had long been blown away

On returning, I quietly seek out yesteryear's memories

No signs were found in this ending autumn's day.

How long had it been since you departed and forgot the road home?

The waves constantly sweep away

and wear down ten thousands of things in life's fluctuating sea.

The broken pieces in dark tombs remain deeply buried

Smoke and mist dissolving

but still enough to invoke wistful feelings...

Daytime's ending, the color of sunshine's fading

Why am I still reminiscing about the old days

By the gardent terrace, a rose's withering.

A time and place of the past

had long been like cold ashes.

Không hẹn trước, lặng lẽ về với biển
Giữa muôn trùng con sóng cũ tìm đâu
Trên đồi cát hàng dương mờ dấu tích
Ngựa qua đèo hun hút bóng vó câu...
Có phải biển chiều nay đang dậy sóng
Dấu chim xưa theo gió cuốn mịt mù
Ngày trở lại - âm thầm tìm lấy bóng
Còn vết nào sót lại buổi tàn thu!
Đã bao lâu - người đi quên mất lối
Sóng cuốn xô mòn mỏi giữa biển đời
Những mảnh vỡ chôn sâu vào mộ tối
Khói tan rồi vẫn đủ để đầy vơi...
Ngày sắp tắt, cũng nhạt rồi màu nắng
Hoài vọng gì những năm tháng xa xôi
Bên giậu cũ nụ tầm xuân héo hắt
Một miền xưa tro lạnh cũng lâu rồi.

Return to Dream Harbor

Original Poem: Trở Về Bến Mơ
Author: Phạm Ngọc Lan
Translated by VuongThanh

It's summer at your place, my darling,

But autumn leaves falling in mine.

For half of your life,

You have felt troubled

Since history turned to a sad page.

Feeling sorrowful in living an exile's life

Your teardrops fall quietly in the night

You're like a lonely bird far away from home

And I'm like a wandering cloud

floating to places unknown.

The Trấn Quốc temple in a misty fog

The West Lake water in silent reflection

Moss have covered many marks

Of historic places that I'd seen.

Highway at noon with harsh sunshine

Its intersection crowded with vehicle tires

In the up-and-down roads of Love

Do you miss the ladies of Thị Nghè on rainy nights?

Xứ người trời vào Hạ
Mùa Thu em lá vàng
Nửa đời anh trăn trở
Từ lịch sử sang trang

Ngậm ngùi thân lữ thứ
Lệ đong đầy đôi tay
Anh cánh chim viễn xứ
Em một áng mây bay

Hồ Tây im bóng nước
Trấn Quốc mù sương sa
Rêu phong hằn vết tích
Bàn chân em bước qua

Xa lộ trưa nắng gắt
Ngã tư lần dấu xe
Anh dốc tình xuôi ngược
Mưa nhớ em Thị Nghè

The leaves fall gently on the Cổ-Ngư street,
fresh with the fragrance of the milkwood-pine flowers.
On the Duy-Tân street, you still stand
quietly waiting for someone at the school's gate.

Visiting Chiêu-Thiền temple without you
In aloneness, I reminisce about our times together
Night turning cold at the Bạch Đằng river
A cup of coffee to sip in loneliness
You promised you'll return one day
To hear the sound of the church bell resonating,
And sit on the stone bench in the park.

I long to see the quaint historic towns,
to live in the old capital Thăng Long
You are like the bright moon shining
In the vastness of the universe

The River of Life has thousands of currents
Which current will take me to a Dream Harbor?
My hair loosened and free
By the shore, I'll wait for your ferry.

Cổ Ngư lá rơi nhẹ
Hoa sữa nồng thơm hương
Duy Tân anh còn đứng
Đợi ai trước cổng trường

Chiều Thiền tự vắng anh
Em một mình chợt nhớ
Bạch đằng đêm trở lạnh
Ly cà phê bơ vơ

Anh hẹn ngày trở lại
Nghe tiếng chuông giáo đường
Công viên chiều ghế đá
Dạt dào niềm nhớ thương

Em tương tư phố cổ
Cố đô thành Thăng long
Anh là bóng trăng tỏ
Giữa muôn trùng mênh mông

Dòng sông đời trăm ngả
Đưa ta về Bến mơ
Chuyến phà anh sẽ tới
Em tóc xõa bên bờ

You and Me

Original Poem: Anh Và Tôi
Author: Ngô Ái Loan
Translated by VuongThanh

You're like a gust of unfeeling wind,

Passing by my heart leaving a deep sorrow.

You took the sunshine away when you left

There remains only a cloud of rain in my soul

On a withering branch of the sad winter tree,

You put a sunset, spreading the sky with purple.

And I, a hilly slope with bent-down shadow

Trying to hold on to a pebble

falling far away...

You fly through the vast blue sea

I – a bird with tired wings follow until I drop

The distance between us is so huge

An ocean of longings lies in between

Like an ancient street, graveyard quiet

The times we're together hide its desolation

But then, an earthquake arose in the middle

You and me stand separated in a dream, forever...

Anh như cơn gió vô tình quá

Chạm xước hồn tôi đến xót xa

Anh mang mùa nắng đi qua ngõ

Làm trắng mưa bay đến nhạt nhòa

Anh cài trên nhánh sầu đông úa

Một bóng tà dương tím khung trời

Để tôi triền dốc nghiêng bóng cúi

Cố níu theo hòn đá cuội rơi

Anh đi qua biển xanh vời vợi

Tôi cánh chim bay đến rã rời

Mênh mông khoảng cách làm sao với

Để hụt giữa đời một trùng khơi

Phố cổ tôi nằm im huyệt mộ

Thời gian anh xóa dấu hoang sơ

Địa chấn ngang qua đường tuyệt lộ

Tôi ... anh đứng lại giữa cơn mơ

If There Wasn't...

Original Poem: Nếu Không Có, published: 2019
Author: Dương Vân Châu Trúc Ca
Translated by VuongThanh

If there wasn't Love
How much Joy would there be left in Life?
The beauty would no longer dries her lustrous hair by the windowsill
Her pretty feet no longer show off embroidered velvet slippers.

If there wasn't poetic love
How many dream nights would Life still has?
To make a poet sleepless, dreaming of love
To make the night filled with wistful longings

Watching the dry leaves falling hurriedly,
We invite each other to glasses of parting wine
Feeling its bitter taste on our lips
Sorrow grows in our hearts like two divided river branches.

A delicate, enchanting fragrance in the air
The wind stretches its wings long and wide in the maple forest
A thick fog hangs over the mountains and rivers
My soul floats with the lovers' moon.

If there wasn't letters of love
Who would be lovesick ten thousand lis apart?
Who'd cherish and polish love verses?
Whose eyes would shed pearl drops of tear?

Nếu không có tình yêu.
Đời còn vui bao nhiêu ?.
Giai nhân thôi hong tóc diễm kiều.
Chân xinh thôi khoe hài nhung thêu.

Nếu không có tình thơ.
Đời còn bao đêm mơ ?
Cho thi nhân thao thức thẫn thờ.
cho canh thâu đong sầu vu vơ.

Vội vàng lá khô buông rơi.
Mời nhau nhắp chén ly bôi.
Mà nghe đắng ngắt trên môi.
Lòng buồn như nhánh sông chia đôi.

Nhẹ nhàng áng hương đê mê.
Rừng phong cánh gió lê thê.
Mầu sương trắng xóa sơn khê.
Thả hồn say cùng với trăng thề.

Nếu không có tình thư.
Nghìn trùng ai tương tư ?
Ai nâng niu, trau chuốt ngôn từ ?
Ai hoen mi vương hàng châu dư ?

My Lovely Rose

Original Poem: Đóa Hồng Của Anh
Author: Nhung Trương
Translated by VuongThanh

You are the summer rain

Pouring freshness into my soul

You are a fragile budding rose

Quivering in the morning sunshine

One day I was passing by

an isolated meadow on the hillside,

I found an exquisite flower

and take it home to admire.

You're constantly in my thoughts

Wondrous like an enchanted dream

I suddenly want to write love poetry

To give praise to your enchanting beauty.

I am infatuated with you, My Love

Your scent, your blush, down to your toes

All the sorrows in my heart

Suddenly dissappear when you are close.

Em là cơn mưa Hạ
Tưới mát cõi lòng anh
Là nụ hồng mong manh
Rung rung trong cơn nắng
Bên cánh đồng hoang vắng
Anh tình cờ đi qua

Tay ngắt trộm đóa hoa
Đem về nhà chiêm ngưỡng...
Em đầy trong tư tưởng
Xinh đẹp tựa như mơ
Anh rất thích làm thơ
Ngợi ca em vẻ đẹp
Thương dáng em khép nép
Mê sắc lẫn mùi hương

Bao nỗi khổ buồn vương
Bỗng dưng tan biến mất...

It may seem like an enchanted dream,

Yet it cannot be more wonderfully real.

That exquisite rose is you, My Love

You bring Trust and Happiness into my heart!

Thank you, My Summer Rain.

Thank you my Exquisite Rose.

Thank you, My Love.

Giờ đây đang có thật

Nụ hồng ấy là em

Mang cuộc sống ấm êm

Cho tin yêu hạnh phúc...

Cám ơn cơn mưa Hạ!

Đa tạ đóa hồng xinh!

Praying for Peace
Painting by Artist Thanh Trí

Lonely Autumn

Original Poem: Thu Cô Đơn
Author: Nhung Trương
Translated by VuongThanh

Autumn leaves scatter in the wind
Alone in the maple forest, feeling sad and lonely
Where's the footsteps of yesteryear's memories
Only the rustling sounds of leaves can be heard...

Autumn brings reminiscences of love
A mood for dreams with hazy mist and smoke
My love's like a foggy cloud
Teardrops since autumns ago had already dried out

From the time we said farewell to each other
Each autumn , I count the days passing by on my fingers
Day by day, my heart's pervaded with longings
Hidden deep inside, an old love that resists fading

Autumn memories so dear to my heart
The maple forest changes colors like the color of love
Walking alone on the empty winding road
Watching autumn leaves falling,
My heart's filled with sorrow!

Lá thu rơi rụng khắp nơi
Rừng phong còn đó chơi vơi nỗi sầu
Bước chân kỷ niệm còn đâu
Lặng nghe tiếng lá xạc xào âm vang...

Thu mang niềm nhớ chứa chan
Khói sương lãng đãng mơ màng suy tư
Tình ta như áng mây mù
Cạn dòng nước mắt mùa thu năm nào

Kể từ tiễn biệt xa nhau
Mỗi mùa lá rụng đếm đầu ngón tay...
Vấn vương nỗi nhớ tháng ngày
Tình yêu chôn dấu, nhạt phai chưa nhoà...

Mùa thu kỷ niệm thiết tha
Rừng phong thay sắc phôi pha ân tình
Quanh co đường vắng một mình
Lá rơi xào xạc âm thanh rũ buồn!

The Immortal Flower

Original Poem: Hoa Bất Tử
Author: Phạm Thị Minh Hưng
Translated by VuongThanh

You are the sunflower

The Immortal flower, the rose in the garden

Our garden of dreams, do you still remember?

You and me, we're like blank white book sheets

I was in my spring of youth, and you: an innocent flower

We were close friends, we had each other

And then... the passage of time...

Many years flew by... like the spinning loom,

like in a blink of an eye,

Time passed us by so quickly!

Has the memories of those beloved days faded?

Time's so uncaring!

O! The dust of Time

sprinkled gray hair on our once silky black.

Alas! How do we return to the spring of youth in our past?...

But, my dear friend,

Whether our hair are silver white, or silky black

Our hearts will always be young, yes?

Let's be young despite the flight of Time

Em là những đóa hướng dương
Là hoa bất tử, là hồng nhung trong vườn
Vườn hoa mộng thuở nào em có nhớ?
Tôi và em những trang vở trắng tinh
Tôi thanh xuân, em - cánh hoa học trò thơ dại
Mình có nhau thời hoa mộng ngày xưa

Rồi... thời gian
Đã mấy mươi năm qua... như thoi đưa
như chớp mắt em ơi qua mau!
Có phôi pha không em những ngày xưa yêu dấu
Thời gian vô tình
Bụi thời gian vô tình
Phủ trắng mái đầu xanh
Tôi, tóc giờ điểm bạc
Và, tóc em cũng chẳng còn xanh
Ôi! Làm sao phủi được bụi thời gian...

Nhưng, em ơi
Màu tóc có xanh hay bạc trắng
Lòng mình cứ trẻ mãi nhé em
Cứ trẻ hoài kệ ngày tháng không tên

Young like those old days with romantic love
'Cause my dear friend, do you not know?
We had in ourselves: An Immortal Flower
In Our Hearts... the Springs of Youth are Forever...

Cứ trẻ mãi mặc thời gian em nhé
Trẻ như thuở nào, Thời hoa bướm ngày xưa
Vì, em ơi, em có biết không
--Ta đã có nhau-- có đoá Hoa Bất Tử
Trong lòng mình ...mỗi độ xuân sang...

Age of Flower Dreams
Painting by Artist Nguyễn Sơn

Stone Village

Original Poem: Phố Đá
Author: Mỹ Hạnh
Translated by VuongThanh

My home village does not have fertile, alluvial soil

There's no singing in the summer afternoon

No river with upraised or sliding sides

No banyan tree, no ferry, no harbor, no impressive landmark sights

My village is forest, is mountain, is rock... very large rock

It's the romantic brook with rugged waterfalls

It's the hilly road "12" curving along the town's shape

It's the gentle "Thác-Mai" fall and Nature's hot springs

O Đinh Quán!

My Stone Village - its stone soul's very tranquil

Although the early morning fog really make one's hair soggy

Although life's still full of strenuous hard work and dificulties

The gentle smiles of loving neighbors

will always be there to greet me.

In this life, how far and wide can one go?

I promise Stone Village one day I will return home.

Quê tôi không đất phù sa
Không có câu ca buổi trưa hè nắng đổ
Không có dòng sông bên bồi, bên lở
Không có cây đa, bến nước, con đò

Quê tôi là rừng, là núi, là đá.... thật to
Là con suối mơ gập ghềnh nước đổ.
Là dốc 12 nghiêng mình theo phố.
Là Thác Mai hiền hòa
Là suối nước nóng thiên nhiên.

Định Quán ơi !
Phố đá, hồn đá thật bình yên
Dẫu Sương mù sớm mai có ướt đẫm mái tóc
Dẫu cuộc sống còn nhiều gian nan và khó nhọc
Vẫn không tắt nụ cười hiền hòa của hàng xóm thương yêu...

Cuộc đời này rong ruổi được bao nhiêu ?
Hẹn phố đá tôi lại về với phố.

The Love Tree

Original Poem: Cây Tình Yêu
Author: Mỹ Hạnh
Translated by VuongThanh

If you return to the Stone village this evening

On the hillside, the Love Tree's still waiting

Even if yesteryear's promise still seems so far away,

You've been constantly in my thoughts these months and days

If you return when your hair turns gray

The Love Tree would still be standing there

As a proof of childhood memories that we share

Playing seek-and-hide and carving each other's name

If you don't return, how very sad life would be

I will no longer call the tree The Love Tree

And my heart will no longer be kindled by Love's fire

In melancholy and silence, it's like the white clouds passing by...

Nếu có về phố đá chiều nay

Trên dốc cũ, cây tình yêu vẫn đợi

Lời hẹn nào dẫu còn xa vời vợi

Nỗi nhớ nào, vẫn khắc khoải một miền thương

Nếu người về khi mái tóc điểm sương

Cây tình yêu chắc vẫn còn đứng đó

Làm minh chứng kỷ niệm mình thuở nhỏ

Chơi trốn tìm, rồi lần khắc tên nhau

Nếu không về chắc sẽ buồn biết bao

Em không đặt tên là cây tình yêu nữa

Trái tim em cũng thôi không thắp lửa

Dỗi hờn rồi - thinh lặng - hóa mây bay.

Just Dream A Little

Original Poem: Chỉ Mơ Chút Thôi
Author: Hoàng Anh Hùng
Translated by VuongThanh

Want to turn that shrinking forest into a wild jungle

Make that ancient tree always stay at age twenty

Want the rivers and lakes to support healthy aquatic life

And the Eastern sea to become a place of fair trade

Want to pull back the earth's wheels to a stop

To make Space not affected by the passage of Time

Thousands of flowers bloom to greet the rosy sunshine

Butterflies and bees happily enjoying

 the fragrance and beauty of flowers

So many troubling blockages in the roads in Life

I will brush them away from my heart and mind

And welcome the sparkling stars to lie by me for heart chats

In a little cozy room with Happiness living inside.

Muốn biến cánh rừng kia thành hoang dại
Cổ thụ kia mãi mãi tuổi hai mươi
Muôn sông ngòi có dòng chảy tươi vui
Và biển đông trở thành nơi hạnh ngộ

Muốn kéo vòng quay dừng ngay tại chỗ
Không gian, không dịch chuyển bởi thời gian
Muôn hoa kia hé nhụy đón nắng vàng
Lũ ong bướm miệt mài vui hương sắc

Ngoài dòng đời có bao nhiêu thắc ngặt
Sẽ xua đi không giữ ở trong tâm
Đón tinh tú về nằm bên tâm sự
Trong căn phòng có hạnh phúc giao duyên.

Your Returning in Autumn

Original Poem: Em Về Mùa Thu
Author: Hà Ngọc Hiệp
Translated by VuongThanh

Glorious autumn!

In bright sunshine,

wearing a white dress,

you're like purity personified.

My heart's beating wildly

With many autumns of longings

On the road of yesteryear, you arrive

Leaves rustle in greeting

Flowers show lovely smiles

My soul left wide open

With beautiful dreams about you

The color of love since those days

has not yet faded in my heart.

Autumn's waiting

Your return's like a fresh breeze

Love pervades in my heart,

making winter warm...

Vàng Thu rực rỡ
Trong màu hoa nắng
Vấn vương áo trắng
Em về tinh khôi

Tim anh chấp chới
Bao mùa thu nhớ
Lối xưa em về
Hoa lá reo vui

Hồn anh để ngỏ
Mộng đầy đón em
Dấu yêu ngày nọ
Chưa phai nhạt màu

Em về gió mới
Thu còn mong đợi
Tình ta vời vợi
Ấm nồng đông sang

The Melancholic, Dreamy Maiden

Original Song: Người Em Sầu Mộng
Music: Y Vân, Poem: Lưu Trọng Lư
Translated by VuongThanh

You're a maiden, sheltered inside the house
I'm like the cloud wandering the four skies
With the wind, I float far and high
While you're lying in the laps of luxury

You'll always be just a maiden
A gentle maiden, melancholic and dreamy for all eternity
Your love's like the snow on the mountaintop
Forever glistening its wondrous beauty

Why're you such a beautiful maiden
To make my life full of sorrow
Why do you sit by the windowsill
To tangle a poet's heartstrings

Why're you such a beautiful maiden
To cause tears on a spring night to fall
To invoke love in my heart
And appear in my dreams

You'll always be just a maiden
A gentle maiden, melancholic and dreamy for all eternity
Your love's like the snow on the mountaintop
Forever glistening its wondrous beauty

Em là gái trong song cửa
Anh là mây bốn phương trời
Anh theo cánh gió chơi vơi
Em vẫn nằm trong nhung lụa

Em chỉ là em gái thôi
Người em sầu mộng muôn đời
Tình như tuyết giăng đầu núi
Vằng vặc muôn thu nét tuyệt vời

Ai bảo em là giai nhân
Cho đời anh đau buồn
Ai bảo em ngồi bên song
Cho vướng nợ thi nhân

Ai bảo em là giai nhân
Cho lệ đêm Xuân tràn
Cho tình dâng đầy trước ngõ
Cho mộng tràn gối chăn

Em chỉ là em gái thôi
Người em sầu mộng muôn đời
Tình như tuyết giăng đầu núi
Vằng vặc muôn thu nét tuyệt vời

Saigon, A Hope in My Heart...

Original Song: Sai gon, Niềm Hy Vọng
Music: Phan Anh Dũng
Lyrics: Inspired from the poem "Sài Gòn Ơi" by Trần Quốc Bảo
Richmond VA
Translated by VuongThanh

O Saigon, O My Love

Each night dreaming of you with nostalgic longings

Each hour, each minute, my heart's full of yearnings

O Glorious Saigon, so vibrant with Life and Love

But a memory of the years and months long ago

O Saigon, O My Love

When the evening falls, I reminisce about you

Light patches of clouds fleeting by

On my way back to the city

Saigon with rosy sunshine

Whose áo dài dress

gently, in the wind, flies,

So homelandish and affectionate

filling my heart with happy delight

Chorus: Thirty years apart from you in a foreign city
Thirty years, I keep waiting for a day to come back home
O Motherland, forever tenderly sweet in my subconscious
One day will come
when the Light of Peace and Prosperity
shines throughout the land

O Saigon, O My Love,
One day, you will have peaceful joy
in a new world of Compasssion and Love
Everyone will see the Light of God's Ways
Happiness and Freedom throughout the land
I'll come back to Saigon and sleep with a dream of Peace and Love.

Coda:
O Saigon, My Love, O Saigon, Saigon...

Sài Gòn Niềm Hy Vọng

Nhạc: Phan Anh Dũng - 2005 - Cảm hứng từ bài thơ "Sài Gòn Cũ" của thi sĩ Trần Quốc Bảo

Kính tặng thân mẫu: Bà Nguyễn Thị Thuận

Sài Gòn ơi, người yêu ơi, đêm hằng đêm

mơ tương tư lưu luyến Từng giờ từng phút ray rứt nhớ thương Sài Gòn rực

rỡ bừng sức yêu đương Kỷ niệm nào năm tháng xa xưa

Sài Gòn ơi, người yêu ơi, khi chiều nhẹ

buông êm êm nhưng nhớ Đường về thành phố thấp thoáng bóng mây Sài Gòn hồng

nắng tà áo ai bay Ôi tha thiết ngất ngây lòng ta

Ba mươi năm, xa em viễn xứ miệt mài Ba mươi
(Bao nhiêu) (Bao nhiêu)

năm ta hằng mong đợi ngày về Quê hương ơi, ngọt ngào hoài trong tiềm

thức Vững niềm tin, ngày mai sáng tươi thanh bình

Sài Gòn ơi, người yêu ơi, mai này yên

vui trong tình thương mới Người người tìm thấy ánh sáng Đức Tin, ngập tràn Tự

Do Hạnh Phúc nơi nơi, ta trở về, ôm Sài Gòn và ngủ yên giấc mộng lành Sài Gòn

ơi, người yêu ơi, người yêu dấu ơi!

I Miss You

Original Song: Ta Nhớ Em, published: 2004
Music: Phan Anh Dũng, Poem: Phan Khâm
Translated by VuongThanh

I miss ceaselessly the looks in your eyes
The seven colors of the rainbow when you arrive
Sparkling like sunshine, you help wake me up
You're like a dream from the Arabian Nights

I miss your eyes so much to the point of weariness
Holding dewdrops falling silently in the night,
I cherish them and wait for the Spirit of Tree and Grass
To call your name when the Spirit arises

I miss your loving glances like crazy
Like the ripe grapefruits becoming fermented
Raising a glass of red wine, I invite you to drink
Your ten slender fingers
like blooming lotus flowers

I miss your artless, dove eyes, so much I'm like a dotard
Waves of hair falling gently,
like a mount'n stream,
over your shoulders
On my return from the quiet forest
I don't want to see anyone yet

I ardently miss your long phoenix eyes

I and you, we started a new life
Looking red hot like a summer season in August,
You capture my heart in a place of exile

Ta Nhớ Em

Thơ: Phan Khâm - Phổ nhạc: Phan Anh Dũng

thoát cho mình được gọi lên Ta nhớ cuồng

say nháy mắt đen Như chùm nho chín đã lên men

Ta dâng rượu đỏ mời em uống Mười ngón thiên thần

nở đóa sen Ta nhớ dại khờ khóc mắt nai

Suối mây cuồn cuộn phủ bờ vai Ta về lững

A Moment of Zen with Nature's Beauty

Original Poem: Lắng Đọng
Author: Tâm Minh Ngô Tằng Giao
Translated by VuongThanh

Mother Nature displays her beauty in many splendid forms

The mountain town became famous for who knows how long

Early morning mist hangs lightly over the low valleys

Late afternoon sunshine tenderly covers the high hills

The wind sings a lullaby across the gentle currents of the silver falls

The clouds move around the blue lake with mild rolling waves

The beautiful jade stream filters the heart from worldly things

The traveling visitor joyously admire the cherry blossom flowers

Thiên nhiên phô sắc vẻ thanh tao
Phố núi lừng danh tự thuở nào
Sương sớm bồng bềnh vờn lũng thấp
Nắng chiều e ấp phủ đồi cao
Gió ru thác bạc dòng êm chảy
Mây lượn hồ xanh sóng nhẹ chao
Lắng đọng lòng trần trong suối ngọc
Khách du vui ngắm cánh hoa đào

Student Flower

Original Song: Hoa Học Trò
Music: Anh Bằng, Poem: Nhất Tuấn
Translated by VuongThanh

Do you still remember, my love?

A summer long ago, the Jacaranda tree bloomed pink flowers

You asked me to come and pick them home for us to play together

Do you still remember, my love?

Do you still remember, my love?

I took the flower petal and pressed it on your cheek

To make you beautiful like an angel

But you didn't want to.

You're afraid of having to go to heaven.

You're afraid, afraid of having to go to heaven.

In heaven, we would be separated in different places

Hence, you only wanted to live in this world

Today, the Jacaranda tree of old days blooms gloriously

But since Fate spoiled our chance to be together

I feel like crying under the blood red flowers

Where are you now?

Where do I find you, my love?

Now, only pain and sorrow in my heart...

Bây giờ còn nhớ hay không?

Ngày xưa hè đến phượng hồng nở hoa

Ngây thơ anh rủ em ra

Bảo nhặt hoa phượng về nhà chơi chung

Bây giờ còn nhớ hay không?

Bây giờ còn nhớ hay không?

Anh đem cánh phượng tô hồng má em

Để cho em đẹp như tiên

Nhưng em không chịu

Sợ phải lên trên trời

Sợ phải lên, sợ phải lên trên trời

Lên trời hai đứa hai nơi

Thôi em chỉ muốn làm người trần gian

Hôm nay phượng nở huy hoàng

Nhưng từ hai đứa lỡ làng duyên nhau

Rưng rưng phượng đỏ trên đầu

Tìm anh em biết tìm đâu bây giờ

Bây giờ tìm kiếm em đâu?

Bây giờ chỉ có thương đau...

A Flower Dream

Original Poem: Giấc Mơ Hoa
Author: Hạnh Đàm
Translated by VuongThanh

I dreamed

a dreamthat will never become reality

We were side by side under the autumn leaves

Playing together under the sun like two innocent kids,

Not caring about the hustle and bustle of the world

I will be a little girl

Sit quietly by your side and listen to what you want to share

about life, love, your frustrations, wishes and dreams,

to ease the the fatigue and life's difficulties,

to laugh out loud when you flatter me,

"I'm the queen of your heart in the realm of poetry."

But then I have to go far away

The sweet golden flower wine had become stale

The rosy path to love'd been trampled and broken

I became an unfaithful person who cannot keep the vows of love

Our paradise suddenly became a desolate place

I beg you! Please don't blame yourself

Blood still flows in each artery and vein

Just as my heart still cherish the dream of you picking the stars

to decorate the crown of your queen.

Em đã mơ
một giấc mơ chẳng bao giờ có thật
ta bên nhau dưới nắng nhạt với sắc thu vàng
mặc kệ loài người trong thế giới hỗn mang
mình vẫn hồn nhiên như hai đứa trẻ

Em sẽ là cô bé
ngồi lắng nghe bao điều anh chia sẻ với cảm thông
về tình yêu về cuộc sống khắc khoải hoài mong
cho vơi đi những nhọc nhằn gian khó
và cười vang khi nghe anh nói
em là bà chúa của lòng anh trong cõi thi ca

Vậy mà em phải đi xa
chén rượu hoàng hoa đã trở thành men rượu nhạt
lối cỏ hồng dấu chân ai dẫm nát
em trở thành con người bội bạc không giữ được tình yêu
Thiên đường xưa bỗng chốc hoá hoang liêu
em van anh ! xin đừng tự trách.....
máu vẫn chảy luân lưu trong từng huyết mạch... tế bào
như tim em vẫn nhớ giấc mộng hái trăng sao
em là nữ hoàng để anh cài vương miện

Life's full of griefs. I sometimes just want to fall into a long sleep
and dream that we'll never be separated
We'll be together again with the moon as witness
and never again be apart from each other!

I beg you to go back to your old ways
Don't be mournful, but to live life joyfully
and weave, for the world, intoxicating poetry
So, if I don't ever come back,
You'll still be yourself like in the old days.

Life's doors open to a vast and colorful world
I'm like a young, naive bird with a narrow view
Please don't worship me like an angel
'Cause there's so many things beyond my power...

So faraway are the dreams of youth
Alas! I had really lost you, now!
I want to brush away the clouds,
and light up the stars high above
to shine on the path of seeking for my love.

Đời muộn phiền! em muốn được chìm vào giấc ngủ cô miên
để không còn xa cách
ta lại bên nhau như vầng trăng hẹn ước
chẳng phải chia ly

Em xin anh hãy về đi
đừng trăn trở bởi kiếp tằm rút ruột nhả tơ
mà hãy dệt cho đời những áng thơ tình si dại
nếu một ngày em không còn trở lại
anh vẫn là anh như buổi hôm nào

Cánh cửa cuộc đời rộng lớn biết bao
em như chú chim non với tầm nhìn hạn hẹp... ngu ngơ
nên xin anh đừng tôn thờ em là thánh nữ
vì có những điều vượt quá tầm tay em không thể nào nắm giữ
Trải lòng mình ...Em tạ lỗi cùng anh !

Xa rồi ước mộng ngày xanh
chao ôi ! em đã mất anh thật rồi ...
vén mây thắp ánh sao trời
soi đường chỉ lối tìm người trong mơ...

Alone

Original Song: Một Mình
Author: Lam Phương
Translated by VuongThanh

Some early dawn, on waking up, I look about myself

The sun's shining on the terrace; the birds're startled

I know my words of love had already been heard

Sunshine's passing through the leaves,

The dewdrops fall from the branches of the trees

Why tell my story when Life's so fragile

My love story is sad with no sunrise

The old familiar road, with love's usual deceits

The path of love with a hundred jumbled threads,

Trying to find love within Life's mess

Not many years left when our hair will turn silver

And by chance, if we should meet each other,

Only to feel like awkward strangers

What's left then to give to one another.

Morning to evening, looking about myself alone

The familiar road I will not go,

Feeling awkward when we see each other

Just 'cause in my life, there hasn't yet been a sunrise

384

Lam Phương

Sớm mai thức giấc nhìn quanh một mình Ngoài hiên nắng
lóe đàn chim giụt mình Biết lời tỏ tình đã có người nghe
Nắng xuyên qua lá hạt sương lìa cành Đời mong manh
quá kể chi chuyện mình Nắng buồn cuộc tình bỗng tắt bình
minh Đường xưa quen lối tình đổi người mang Tình duyên trăm
mối một kiếp đa đoan Cố tìm tình chồng chất ngổn
ngang Còn bao là nữa khi ta bạc đầu Tình cờ gặp
nhau Ngỡ ngàng nhìn nhau Để rồi còn gì nữa cho nhau
Sáng trưa khuya tối nhìn quanh một mình Đường quen không tới tìm nhau ngại
ngừng Chỉ vì đời mình chưa có bình minh.

Which Month Is It Now, My Love?

Original Song: Bây Giờ Tháng Mấy
Author: Từ Công Phụng
Translated by VuongThanh

Which month is it now, my love?
The clouds drift serenely in the sky
This evening, if you did not sulk at me
Or said words of blame,
We would not feel so lonely.

Which month is it now, my love?
I'm seeking the color of the flower on your hair
This evening, I miss you already and miss
Your dress, so beautiful with the hue of poetry,
And your lips full of dreams and wishes.

Heavy rain's falling this evening
to make us feel the bitter cold
I'll be taking you home
My love, please don't be angry at me anymore
Looking at each other with deep sorrow,
feeling the winter chill in your soft shoulders

Which month is it now, my love?
I go seeking the spring season of life
Let winter dies, then spring appears
With your eyes beautiful like the starry sky,
To make our hearts be full of love.

Bây giờ tháng mấy rồi hỡi em?
lênh đênh ngàn mây trôi êm đềm
Chiều nay nếu em đừng hờn dỗi,
trách nhau một lời thôi
Tâm hồn mình đâu lẻ loi.

Bây giờ tháng mấy rồi hỡi em?
Anh đi tìm màu hoa em cài
Chiều nay nhớ em rồi và nhớ
áo em đẹp màu thơ,
môi tràn đầy ước mơ

Mai đây anh đưa em đi về,
mưa giăng chiều nắng tàn
cho buốt lạnh chúng mình.
Em ơi, thôi đừng hờn anh nữa,
nhìn nhau buồn vời vợi,
để mùa đông buốt giá bờ vai mềm.

Bây giờ tháng mấy rồi hỡi em?
Anh đi tìm mùa xuân trên đời
Mùa đông chết đi rồi mùa xuân
mắt em đẹp trời sao
cho mình thương nhớ nhau.

Calling My Beloved

Original Song: Gọi Người Yêu Dấu, published: 1969
Author: Vũ Đức Nghiêm
Translated by VuongThanh

Calling my beloved uncounted times softly

Like the gentle whisperings of the spring breeze

The floating clouds induce wistful longings for a person faraway

Calling her softly in my soul

Hesitantly, ardently, excitedly

Old memories flit by in a hazy mist,

filling my heart with love.

O my love, how come my heart's full of melancholy?

O my love, autumn's arriving but I'm feeling forlorn

O my love, when thousands of stars glitter in the sky

I miss the memories of those happy days

that rapidly passed by.

Love those eyes, like twinkling stars

Love those fingers, so soft and slender

Love the shape of your gracious shoulders

Love your soft arms embracing me

Love your forlorn figure when you're sad

Love your coral lips with the innocent smile

Love your silky hair flowing gently like a mist

Love your fragileness like an orchid

Gọi người yêu dấu bao lần.

Nhẹ nhàng như gió thì thầm.

Làn mây trôi gợi nhớ chơi vơi thương người xa xôi.

Gọi người yêu dấu trong hồn.

Ngập ngừng tha thiết bồn chồn.

Kỷ niệm xưa mờ thoáng trong sương cho lòng nhớ thương.

Người yêu dấu ơi, sao lòng se sắt đầy vơi?

Người yêu dấu ơi, thu về tim vẫn đơn côi.

Người yêu dấu ơi, khi ngàn sao đêm lấp lánh.

Tâm hồn bâng khuâng, nhớ ngày vui đã qua nhanh.

Thương đôi mắt sao trời lung linh.

Thương yêu ngón tay ngà xinh xinh

Thương yêu dáng vai gầy thanh thanh.

Thương yêu vòng tay ghi xiết ân tình

Thương yêu dáng em buồn bơ vơ.

Thương yêu nét môi cười ngây thơ.

Thương yêu tóc buông lơi dịu dàng...

Thương em mong manh như một cành lan.

Calling my love somewhere faraway

Feeling nostalgia swamping my heart

Since the day of parting,

when the evening falls,

I miss you.

Calling My Eternal Beloved

Choked with emotions, I cannot say a word

The pain of an old love,

even as the months and days go by,

when will it ever fades...

Gọi người yêu dấu xa vời.

Mà lòng lưu luyến bồi hồi.

Ngày biệt ly đành nhớ nhau thôi khi chiều nhẹ rơi...

Gọi người yêu dấu muôn đời.

Nghẹn ngào không nói thành lời.

Tình yêu xưa ngày tháng phai phôi biết bao giờ nguôi...

The Proud Sunshinedrop

Original Song: Giọt Nắng Dỗi Hờn
Author: Nguyễn Minh Châu
Translated by VuongThanh

The Sunshinedrop, in the early morning

dances on the leaves and flowers.

The Sunshinedrop, fragile and pure,

enjoys herself in the new city.

Shyly, she crosses the green fence

by the street entrance,

and gracefully dances towards the music.

The singing rises softly with a spring melody...

Sunshine... when sunlight twinkles,

a playful smile sparkles on her lips.

Sunshine... when sunshine's fading,

sadness touches her eyebrows.

The spring breeze silently returns

and gently kiss her long, silky hair.

Dazzled like being in an enchanted song,

the heart flutterred since the music started...

The Sunshinedrop goes on wild trips,

now and then,

away from the music.

When she's gone,

the piano notes,

low and sad,

drop without care.

Of whom does the piano dream,

to play the wrong keys and melodies.

The Sunshinedrop,

proud like a princess,

likes not sullen words.

The piano,

pining away,

waits for her

to return...

Giọt Nắng Dỗi Hờn

Nguyễn Minh Châu

Giọt nắng ban mai vờn trên lá hoa Giọt nắng mong manh bên trời vui phố lạ Thẹn thùng len qua rào xanh trước ngõ Nắng thướt tha về ngang phím ngà nhè nhẹ vương tiếng ca say cung đàn Nắng khi nắng lung linh ngời lên nét cười Nắng khi nắng tan dần buồn lên đôi mi Dịu dàng cơn gió về nhẹ nhàng hôn tóc thề trăm trăm như mê khúc tim rối ren từ lúc đàn ngân vang Giọt nắng đi hoang xa rồi khung phím tơ Giọt nắng lang thang cung trầm rơi hững hờ Đàn mơ ai phím lạc sai cung phách Nắng kiều sa ngại câu dỗi hờn Đàn tương tư ngóng trông một bóng hình

The Silicon Band
Paris 27/09/2016

Two Divided Shores

Original Poem: Đôi Bờ, published: 1948
Author: Quang Dũng
Translated by VuongThanh

Longings in my heart ... longings for one faraway
LIke a rIver wIth layers and layers of long raIn
Will your eyes, my love, be misty with lonely sorrow
When autumn, one early morning, arrives?

It's going to be chilly very soon
At the capital, do you miss the place we use to be together?
Light, dusty rain falling on the defense border
The river, in the evening, looks so gloomily cold on this side.

Vapors of cigarette smoke stir long ago memories
Night by night, the Đáy river's so cold against the two shores
A vision of you appears for a brief instant in the wine cup
Talking and smiling like in a night dream

So far away now, my love, each on separate road of Life.
On the two divided homeland's shores, we still love each other
Upon leaving, your thin dress swayed in the wind with loneliness
Are your innocent tears of sorrow still overflowing?

Thương nhớ ơ hờ, thương nhớ ai?
Sông xa từng lớp lớp mưa dài
Mắt kia em có sầu cô quạnh
Khi chớm thu về một sớm mai?

Rét mướt mùa sau chừng sắp ngự
Kinh thành em có nhớ bên tê?
Giăng giăng mưa bụi quanh phòng tuyến
Hiu hắt chiều sông lạnh bến tề.

Khói thuốc xanh dòng khơi lối xưa
Đêm đêm sông Đáy lạnh đôi bờ
Thoáng hiện em về trong đáy cốc
Nói cười như chuyện một đêm mơ

Xa quá rồi em người mỗi ngả
Đôi bờ đất nước nhớ thương nhau
Em đi áo mỏng buông hờn tủi
Dòng lệ thơ ngây có dạt dào?

Silent Love

Original Poem: U Tình
Author: Vũ Hoàng Chương
Translated by VuongThanh

I know you since you were twelve
I begin loving you when your hair
start curling around your shoulders.
The months and days gone by so quickly
It has already been six years
My love for you, you don't yet understand.
"Not yet" means "no", oh dear.

You really trust me
You also have a lot of affection for me
But your trust and affection
Is not Love.
That indifferent heart
had never felt melancholy because of me.
And I also never yield my pride
to beg for your love.

Thus, the silent tears
wetted the pages of my life.
Dissolving past hopes,
smearing the future.

Anh biết em từ độ

Em mới tuổi mười hai

Anh yêu em từ thuở

Em còn tóc xõa vai

Tháng ngày đi mau quá

Chốc đã sáu năm trời

Tình anh vẫn chưa hiểu

"Chưa" là "không" em ơi

Em vẫn tin anh lắm

Em vẫn mến anh nhiều

Nhưng em tin em mến

Đâu phải là em yêu

Trái tim hờ hững ấy

Đâu thổn thức vì anh

Anh cũng không hề chịu

Van xin một ái tình

Cho nên dòng lệ tủi

Thấm ướt những trang đời

Xóa nhòa hy vọng cũ

Hoen ố cả ngày mai

My heart gradually drinks up

the last drop of Love.

What's left of it:

An aftertaste of ennui.

Yesterday, Love died

I buried it.

I cried 'cause burying it

is burying Love for my whole life.

But I don't dig a grave,

I don't cover it with earth like others do.

I also don't buy burial clothes,

or a burial casket.

I only bury Love

with bitter sorrow.

Piece by piece

in these verses!

One beautiful spring day,

basked in a couple's happy love,

by chance, would you remember

a friend of bygone times.

Lòng anh dần uống cạn

Đến giọt cuối yêu đương

Chỉ còn của dĩ vãng

Một dư vị chán chường

Hôm qua tình đã chết

Anh đã chôn nó rồi

Anh khóc vì chôn nó

Là chôn cả một đời

Nhưng anh không đào huyệt

Không vùi đất như ai

Cũng không mua vải liệm

Cũng không mua quan tài

Anh chỉ đem chôn nó

Với nỗi niềm chua cay

Từng mảnh từng mảnh một

Trong mấy vần thơ đây

Rồi một chiều xuân thắm

Say hạnh phúc lứa đôi

Vô tình em có nhớ

Đến người cũ xa xôi

Hope that you will pick up,

even if your hands are indifferent,

pick up for him

the broken pieces of of a lonely, silent Love.

Please join the pieces together and with compassion.

Store It In a grave

even in the narrowest place

inside your loving heart...

Mong em thu nhặt giúp
Đôi tay dù hững hờ
Mong em vì hắn lựa
Những mảnh tình bơ vơ

Chắp lại và thương xót
Dành cho một nấm mồ
Ở nơi dù hẹp nhất
Của lòng em say sưa.

Crystal Sunshine

Original Song: Nắng Thủy Tinh
Author: Trịnh Công Sơn
Translated by VuongThanh

Is it the color of sunshine or the color of your eyes

It's autumn with rain falling, I'm holding your hands, so soft and shy

The sun's shadow falling early on the terrace this evening

And then some day, the clouds will be flying up high in the sky.

The sunshine's away to let sorrow creeps into your hair

Your face's pale, with a look of wistful melancholy

Those olden days, why the autumn leaves didn't turn yellow,

and why the sunshine hadn't entered into your eyes.

You enter the park with silent footsteps

The wind and the clouds have returned to the forest

The grass and trees suddenly light up with the color of sunshine

You enter the park with wondering round eyes

Sunshine's sparkling like golden crystal gems

My soul suddenly feels a deep melancholy rising...

The evening has entered the garden of your eyes

Autumn comes and goes away many times

Thousands of trees lighting up like candles in two rows

To welcome the sunshine into your eyes

(The color of sunshine's now in your eyes)

Màu nắng hay là màu mắt em
Mùa thu mưa bay cho tay mềm
Chiều nghiêng nghiêng bóng nắng qua thềm
Rồi có hôm nào mây bay lên.

Lùa nắng cho buồn vào tóc em
Bàn tay xanh xao đón ưu phiền
Ngày xưa sao lá thu không vàng
Và nắng chưa vào trong mắt em

Em qua công viên bước chân âm thầm
Ngoài kia gió mây về ngàn
Cỏ cây chợt lên màu nắng
Em qua công viên mắt em ngây tròn
Lung linh nắng thủy tinh vàng
Chợt hồn buồn dâng mênh mang

Chiều đã đi vào vườn mắt em
Mùa thu qua tay đã bao lần
Ngàn cây thắp nến lên hai hàng
Để nắng đi vào trong mắt em
(Màu nắng bây giờ trong mắt em)

Ivory Teardrops

Original Song: Giọt Nước Mắt Ngà
Author: Ngô Thụy Miên
Translated by VuongThanh

I stand by the windowsill, feeling sad
Seeing a love story ending, and a person's heart's changed
On these once hapy lips,
 smiles'd gone faraway...

Alas! The teardrops for my first love!
I thought it was like a dream
My lover returns to my side and silently calls my name
But on these sad eyelashes, the long days still hurriedly pass by
I'm like a withering autumn leaf, yearning for a lost love

Oh, this one teardrop
For a compassionate love, for the lover in my heart
I'll be going to a faraway place
To weave the long days of melancholy in aloneness.

You used to follow my footsteps at the church
Our love story was soaring high, and my heart was aroused
But now, I'm just moving through the long months and days...
This life, Fate'd made me met you to fill my heart with sorrow.

Gazing at the clouds drifting away
Teardrops roll down my cheeks in grief
Pain tearing my lips but my heart still full of dreams and wishes
Alas! The ivory teardrops for my first love

Em đứng bên song buồn
Nhìn cuộc tình trôi qua và lòng người phôi pha
Trên hai đóa môi hồng
Nụ cười đã đi xa
Ôi giọt nước mắt nào cho cuộc tình đầu

Em ngỡ như cơn mộng
Người tình về bên em và gọi thầm tên em
Nhưng trên đóa mi sầu ngày dài vẫn qua mau
Em tựa lá úa sầu cho cuộc tình dài sau

Thôi một giọt nước mắt này
Cho cuộc tình đam mê, cho người tình trăm năm
Em về đan tóc lụa là
Kết từng chuỗi ngày buồn riêng mang

Anh đi về dấu giáo đường
Cho cuộc tình bay cao, cho lòng mình xôn xao
Em cuộn theo tháng ngày dài
Kiếp này trót gặp người cho buồn

Trông áng mây u hoài
Giọt lệ nào thương vay, tình đành tràn mi cay
Đau thương xé môi gầy mà lòng vẫn mơ say
Ôi giọt nước mắt ngà cho cuộc tình đầu tiên

O Lady of Peace

Original Song: Hỡi Người Em Hòa Bình
Author: Vĩnh Điện
Translated by VuongThanh

When you return, aging mothers stop weeping

When you return, people stop their bitter bickerings

When you return, the kids' faces light up with happy smiles

When you return, the children sing in delight

When you return, the forest trees awaken

When you return, the grass dances in the early morning sun

When you return, the birds chorus a welcome song

I call your name sunshine, or the rain to water the rice fields

I also call you the light, the source of growth of Vietnam's future

Or the cool shade of the ancient trees

You're the people's Happiness and Liberty

The song of celebration for a future of a prosperous and liberated
        Vietnam.

O Lady of Peace, Lady of Peace,

We welcome you with a song of compassion and love

We welcome you with a garden of blooming flowers and fruits

We welcome you with happy smiles on our lips and in our eyes

We welcome you with a sky of bright sunshine...

We welcome you with our large circle of hands clasping one another.

We welcome you from our hearts with lyrics and verse.

We welcome you with unshakable faith and trust.

With our hands together,

we will cut down trees to rebuild the villages.

With our hearts and minds together,

we will help rebuild Vietnam's future.

The vast rice fields, we will plant and irrigate

Shoulder to shoulder, back to back,

we will rebuild a peaceful homeland.

O Vietnam, a Peaceful Vietnam

O Vietnam, a Liberated Vietnam

O Vietnam, a Vietnam with a bright and glorious future.

HỠI NGƯỜI EM HÒA BÌNH

Em   Hòa   Bình.   Hỡi Người Em   Hòa   Bình.   Xin đón Em

bằng tình ca bát ngát. Xin đón Em bằng vườn trái kết bông. Xin đón Em bằng mắt môi nụ

hồng Xin đón Em bằng trời hoa nắng tươi. Xin đón Em bằng vòng tay nối lớn. Xin đón Em

bằng lời hát trái tim. Xin đón Em bằng dấu yêu tình người. Xin đón Em bằng niềm tin sáng

ngời.   Bàn tay   anh bàn tay   tôi, chúng ta   lại đớn cây dựng làng. Bằng con   tim bằng khối

óc, chúng ta   cùng đắp xây Việt   nam.   Đồng bào   là mạch đất mới, chúng ta

về phá nương cày   búa. Người chung lưng người góp sức, chúng ta   cùng đắp xây thanh

bình.   Ơi   Việt   nam,   Việt nam   hòa bình.   Ơi   Việt   nam,   Việt

nam   hòa bình.   Ơi   Việt   nam,   Việt nam hòa bình.   Ơi   Việt

nam,   Việt nam   sáng   ngời.

Nostalgia

Original Song: Hoài Cảm
Author: Cung Tiến
Translated by VuongThanh

A sad evening creeps into my heart
I seem to hear the sounds of autumn leaves falling...
Falling in the rain,
rich and warm like the voices of yesteryears,
singing the verses of a bygone era...

A feeling of desolation's in the air
It silently creeps into my soul
Looking at the sad dewdrops falling in the sunset,
I suddenly miss my long ago love

Feel like I'm going crazy with yearnings
Alas! Where are you now? Where were our times together?
We keep waiting for each other
in a dream, My Love.
But will we ever,
ever see
each other again.

An autumn so long ago
seems to come back tonight
My Love had gone far away
Who will return to visit the streets of yesteryears?

Chiều buồn len lén tâm-tư
Mơ hồ nghe lá thu mưa
Dạt dào tựa những âm xưa
Thiết tha ngân lên lời xưa

Quạnh hiu về thấm không gian
âm thầm như lấn vào hồn
Buổi chiều chợt nhớ cố nhân
Sương buồn lắng qua hoàng hôn

Lòng cuồng điên vì nhớ
ôi đâu người, đâu ân tình cũ?
Chờ hoài nhau trong mơ
Nhưng có bao giờ, thấy nhau lần nữa

Một mùa thu xa vắng
Như mơ hồ về trong đêm tối
Cố nhân xa rồi, có ai về lối xưa?

We keep waiting so long for each other, My Love!
A sad mist covers the source of life's happiness
We promise, in some distant future lives, to be together
But I will miss you so much, forever and ever...

Time's like a bird in flight
The same months and days keep passing by
When was the season of serenity and joy in my heart?
When will my love and longings for you ever subside?

Chờ nhau hoài cố nhân ơi!
Sương buồn che kín nguồn đời
Hẹn nhau một kiếp xa xôi,
nhớ nhau muôn đời mà thôi!

Thời gian tựa cánh chim bay,
qua dần những tháng cùng ngày
Còn đâu mùa cũ êm vui?
Nhớ thương biết bao giờ nguôi?

Painting by Artist Nguyễn Sơn

The Boat Without a Destination Shore

Original Song: Con Thuyền Không Bến
Author: Đặng Thế Phong
Translated by VuongThanh

This evening, autumn arrives with its seasonal wind

This evening, the far sky in a light mist of cloud dreams

A small boat on the river gently floats

Like a melody of love,

gently plucked with the heart strings.

The trees covered in autumn's foggy breath

its cool wind blows through thousands of branches

From afar, the wind's lyrics resonates across the forest pines

The song of a bittersweet love, a golden dream has died

Rushing along with the wind,

the little boat follows the bright moon.

In the Love river,

water flows in different directions.

Boat, o boat, to which destination

are you drifting towards?

Floating on the Love river,

Who knows how deep it is or how shallow.

Remember those foggy evenings,

when feelings of the heart are shared...

So much sadness since then,

the boat's dreams flows with the river currents

Although the dream harbor may still cherish love

O Boat, do not have expectations or hopes.

The soft moonlight

A boat in the dark night

On the vast waves,

dreaming of a harbor

some place?

Con thuyền không bến.

Đặng thế Phong

Đêm nay thu sang cùng heo may

Đêm nay sương lam mờ chân mây Thuyền ai lờ lững trôi xuôi

dòng Như nhớ thương ai chùng tơ lòng Trong cây hơi thu cùng heo

may Vi vu qua muôn cành mơ say Miền xa lời gió vang thông

ngàn Ai oán thương ai tàn mơ vàng Lướt theo chiều

gió một con thuyền theo trăng trong Trôi trên sông Thương

nước chảy đôi dòng   Biết đâu bờ bến Thuyền ơi

thuyền trôi nơi đâu   Trên con sông   Thương nào ai biết nông

sâu   Nhớ khi chiều sương   cùng   ai   trắc ẩn   tấm

lòng   Biết bao buồn thương thuyền   mơ buông trôi xuôi dòng

Bến mơ dù thiết tha   thuyền   ơi đừng   chờ   mong

Ánh   trăng mờ   chiều   Một   con   thuyền trong   đêm

thâu   Trên   sóng   bao   la   Thuyền mơ bến   nơi

đâu?   Đêm nay thu sang cùng   heo....   ...đâu?

Tête-à-tête Under Flowers

Original Poem: Tự Tình Dưới Hoa, published: 1960s
Author: Đinh Hùng
Translated by VuongThanh

Haven't met you, yet I still think that
there's a lady, beautiful like the moon.
Sea green eyes reflecting shades of wild palm trees
Without saying a word, she looks deeply into me.

The poem of fortunate encounter has changed hands
O what dream's better than this dream.
Your powdered scent, floating with fragrances of summers past,
brings loving wishes and delight into my heart.

Like a gentle trail of cloud, you suddenly arrive
Scents of mount'n forests about your eyelashes and smile
Feelings of the heart, revealed and hidden in shyness
"Having seen each other for some time, do tell me, my dearest"

Where do you want the two of us to share our dreams?
Love pledges under starlight and moonbeams
Heart-to-heart chats under pakalana vine
Or from the lane of oleander trees, a path to heart-stirring sights

No need to look, My Love. Poetry surrounds us.
Sunbeams caressing flower by the gentle lake breeze
Only for you, darling, when we have our lover's tryst
To the scenes and memories of the distant past, we will often visit.

Chưa gặp em, tôi vẫn nghĩ rằng
Có nàng thiếu nữ đẹp như trăng
Mắt xanh lả bóng dừa hoang dại
Thăm thẳm nhìn tôi không nói năng

Bài thơ hạnh ngộ đã trao tay
Ôi mộng nào hơn giấc mộng này
Mùi phấn em thơm mùi hạ cũ
Nửa như hoài vọng, nửa như say

Em đến như mây, chẳng đợi kỳ
Hương ngàn gió núi động hàng mi
Tâm tư khép mở đôi tà áo
Hò hẹn lâu rồi – Em nói đi

Em muốn đôi ta mộng chốn nào?
Ước nguyền đã có gác trăng sao
Truyện tâm tình: dưới hoa thiên lý
Còn lối bâng khuâng: Ngõ trúc đào

Em chẳng tìm đâu cũng sẵn thơ
Nắng trong hoa với gió bên hồ
Dành riêng em đấy. Khi tình tự
Ta sẽ đi về những cảnh xưa

And on gloomy days, you and me
Just looking at each other's enough to forget the world
Together side by side under the cover of poetry and love
Dreaming of a distant bliss, smiles filled our lips and hearts...

Rồi buổi ưu sầu, em với tôi
Nhìn nhau cũng đủ lãng quên đời
Vai kề một mái thơ phong nguyệt
Hạnh phúc xa xa mỉm miệng cười

Painting by Artist Nguyễn Sơn

The Ancient Moon and Eternity

Original Poem: Dòng Cổ Nguyệt
Author: Tuệ Nga
Translated by EmptyCloud, 2013

In a sudden,

Cooling breezes rush by...

Reminding one,

Autumn has arrived,

Fall foliage sweeps over the scenery, in waves,

Blanketing all, with gold leaves...

O, plenty!

Don't you see?

Those russet veins on the fallen leaves,

The withered, somber blades, part away in the lilting breezes,

Amiss, the bare, dithering branches,

Demure seemingly...

Float a few gold leaves, down the creek...

Begin the early dharma chanting sit,

Find presence in the quiescence of Zen solitude.

Here, the Ancient Moon, since Eternity, ever shines,
Aspiring all – Be dreamers – with a dream to strive,
Where, in the mystic aeon – to find
The origin, pure Self of all Mankind?

On the lonely quest for the wisdom of all ages
A wandering dreamer, inattentively, dozes away,
Head leaning on, a Gold-Leaves-Dharma page.

Chợt nghe gió chuyển mùa sang
Lá rơi từng đợt, lá vàng đầy sân
Thấy trong cánh lá đường gân
Mầu trầm của lá, phân-vân của cành

Thả cho cánh lá xuôi ghềnh
Vào Thời Kinh sớm thấy mình an nhiên
Dòng Cổ Nguyệt, mộng uyên-nguyên
Có người ngủ gục đầu trên Kinh Vàng...

Whence I ever find...

Original Poem: Tìm, published: 1970s
Author: Tuệ Nga
Translated by EmptyCloud, 2013

Whence I ever find

My true I?

The self, ignorance,

The self, innocence,

The muted I, amiss everlasting sorrows,

The desolated I, wandering in the poetic dreamland.

Whence I ever find...

My true I?

In the tranquility of endless streams,

In the seemingly calmness of unfathomable seas,

In the hopeless abyss of long buried conscious,

In the deep of the nights,

I found myself,

In my heartbeats,

Pulsating the relentlessly nostalgic rhythm

Of a forlorn alien reminiscing one's long lost homeland.

Phút nào tôi chợt tìm tôi

Cái tôi ngơ ngẩn, cái tôi dại khờ

Cái tôi lạc lõng trong Thơ

Cái tôi câm lặng bơ vơ sầu dài...

Phút nào tôi chợt tìm tôi

Tìm trong thăm thẳm chơi vơi hút tìm

Tìm trong biển lặng sông im

Tìm trong đêm thấy nhịp tim ai hoài...

Poetry Smiles, Shining on Shadow of True Self

Original Poem: Thơ Cười, Soi Bóng Chân Như
Author: VuongThanh
Poem for Mother on Happy Mother's Day, 2019

The river moon,
Golden religious halo,
White lotus flower, so pure,
inspire thousand lines of verse...

The night star shines brightly
since who knows when
Back and forth on the roads of Life,
we live our lives by the shore of dream reality...

Poetry Smiles,
Shining on the shadow of True Self
Fragrance and Flower offered
in prayers to The Wise and Compassionate Buddha

The Moon of Meditation
gently shines on one's heart
Poetry Fragrance imbued
in a world of Compassion and Love...

Thơ Cười, Soi Bóng Chân Như

Thơ tặng Mẹ, ngày Happy Mother's Day 2019

Dòng Sông Trăng,
Ánh Đạo Vàng
Bạch Liên, thanh khiết
gieo ngàn ý thơ…

Sao đêm sáng tự
bao giờ
Dòng đời xuôi ngược
bên bờ ảo hư…

Thơ Cười,
Soi bóng Chân Như
Hương, Hoa Hiến Lễ
Đại Từ Như Lai

Trăng Thiền
Dịu sáng lòng ai
Thi Hương vời vợi
Biển Trời Yêu Thương…

In Memory of My Dad

Original Song: Bài Tưởng Niệm
Music: Trần Hưng Nguyên, Poem: VuongThanh
Translated by VuongThanh

Back in the old days, while I was growing up,

Dad teaches me how to write poetry.

From the four-line, seven-word stanza,

To the complex eight-line form of the Tang dynasty.

Are the ideas and words symmetrical yet?

Dad and me, after reading novels of the ancient past,

We often discuss with each other about this character and that.

Usually, the heroes of the Three Kingdoms

Images fleeting by of a faraway time

With bustling horses and wagons.

This evening, looking at the water flowing

The silver moon quietly gliding... in the pond

Rustling leaves on willow branches hanging over the water

Remind me of some melancholic, faraway song.

Raising a glass of daisy flower wine

Inviting Dad to empty this glass

In some blue sky with white clouds,

does Dad still write intoxicating verses?

BÀI TƯỞNG - NIỆM

Thơ : *Vương - Thanh*
Nhạc : *Trần-Hưng-Nguyên*

Tiền bối **Mai Thạch**, bạn thân của thi hào Vũ Hoàng Chương, và các vị tiền bối tinh thông thơ Hán, có lòng ưu ái khi đọc thơ của Vương Thanh trong Dòng Cổ Nguyệt, tặng cho một bài thơ nguyên tác tiếng Hán.

贈少年新入
詩文道

詩立在高峰
文行如大水
古代詩意濃
新代文香同
青头每難同
真才終不魅
一杯桃酒中
歡贈後生試
丁亥秋梅石

Thi lập tại cao phong
Văn hành như đại thủy!
Cổ nhân thi ý nùng
Tân đại văn hương túy!
Thanh hứng mỗi nan đồng
Chân tài chung bất mị!
Nhất bôi đào tửu trung
Hoan tặng hậu sinh thi!!
Mai Thạch
Đinh hợi thu (2007)

Poem Present for VuongThanh from Scholar Poet Mai Thạch

430

Thơ đứng tại non cao
Văn đi về biển lớn !
Thơ xưa, ý đậm sâu
Văn mới, hương say cuồn !
Thanh hứng khó đồng nhau
Chân tài không lẫn lộn.
Chén này có rượu đào,
Nếm thử người sinh muộn !

Mai Thạch

Thu Đinh Hợi (2007)

Ghi chú: - Năm Đinh Hợi, nghe tin ông Tuệ Nga nữ sĩ có con trai nổi nghiệp trên Tao Đàn, nên mới làm bài thơ này trao tặng, nhưng để lạc mất. Nay mới tìm ra được, nên vội chuyển đi, dẫu đã trễ hơn mười năm. Hy vọng chén rượu đào này, ngày nay đã thêm nồng thắm ./.

Poetry standing on high mountain
Prose flowing to the vast sea
Old style verses like poets of long ago
New style prose emanates unending intoxicating fragrance
A poetry style uniquely different
Real talent stands out from others
This cup has great cherry brandy
Young man, have a drink with me

(Translated by VuongThanh)

On Listening to "Unrestrained Mood"

Original Poem: Nghe Đọc "Cuồng Ngâm", published: 2000
Author: Hà Thượng Nhân, written: 2000
Translated by VuongThanh

O my young talented friend
Upon listening to your poem, I remember myself
In my young days with some friends at a party
Raising a cup of wine, I laughed loudly and said,
"Does life still has any understanding heart friend
To share with me the joy of emptying the cups
and exhaling the sound "khà."

I dream that the beauty, Xi Shi, is still there
Inclining the wine jug to my lips, I saw her
With silky hair flowing like clouds, she glances at me
Tilting the wine jug, I'm Phạm Lãi in a previous life
The moon's wet with the misty season
in the neighborhood Trữ-La

A small boat's departing from the harbor
Seems inconsequential but it'll raise wind and storm in the world
The Goddess Moon's palace is frosty cold, so why sleep alone?
Why not let us be together sharing a song?

Ơi Người bạn trẻ tài hoa ấy

Nghe đọc thơ Người nhớ lại ta

Cái thuở đầu bồng cùng bạn hữu

Nâng ly cười lớn giữa phồn hoa

Rằng đời còn những ai tri kỷ

Đáy chén vui chung một tiếng khà

Cứ tưởng Tây Thi còn vẫn đó

Nghiêng bình, mắt liếc tóc mây sa

Nghiêng bình, Phạm Lãi ta tiền kiếp

Trăng ướt mùa sương xóm Trữ-La

Một chiếc thuyền con từ bỏ bến

Chẳng sao mà cũng nổi phong ba

Quảng Hàn lạnh lắm, sao nằm lẻ ?

Sao chẳng cùng chung một khúc ca ?

Even though I know the romantics
often have love attachments and bouts of melancholy
Whose poem this evening flows backward in the Milky Way
Feeling delighted, old age's even forgotten,
I seem to be younger by fifty years.

Dẫu biết nòi tình dan díu lụy
Thơ ai trôi ngược dải Ngân Hà ?
Ta dường trẻ lại năm mươi tuổi
Một tối vui quên cả tuổi già

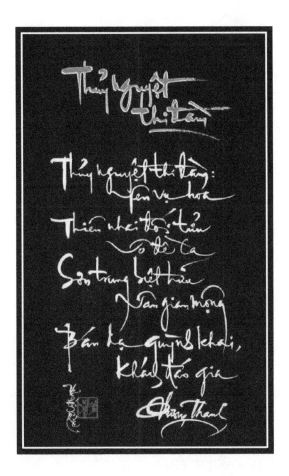

Verse Calligraphy by Artist Văn Tấn Phước

Unrestrained Mood

Original Poem: Cuồng Ngâm, published: 1980s
Author: VuongThanh

Like the golden moon glowing

in the vast night sky,

the verses, ethereally beautiful,

float amidst thousands of twinkling starlights...

Feeling rapturously high,

After a half dozen glasses of wine,

I sing in the old forest.

After a half dozen glasses of wine,

I sing unrestrainedly wild

I sing:

There's a beautiful Moon Fairy in the blue sky

Her palace's frosty and she feels lonely at night

In the human realm, there's a young scholar

Verses and music, where his pleasures are

Please come down here , O Moon Fairy

We will together sing and compose poetry

And make Heavens and Earth be jealous of you and me!

Như ánh trăng soi

Thăm thẳm trời xanh

Vời vợi ngàn sao

Lời thơ diễm ảo

Say say mơ màng

Say say mơ màng...

Rượu đào dăm chén

Ca giữa rừng hoang

Rượu đào dăm chén

Ca hát nghênh ngang

Ca rằng:

Trời cao có một ả Hằng

Quảng Hàn lạnh lắm để nàng cô đơn

Trần gian có một văn nhân

Lời thơ điệu nhạc làm nguồn suối vui

Xuống đây, xướng họa đôi lời

Cùng nhau ngâm vịnh cho Trời Đất ghen

My shadow's getting tipsy
My soul entered the Spirit of Poetry
My soul's drunk with Music Melody
Smiling at the Blue Sky,
I dance and sing under the moonlight...

In this world, who's really sober, and who's really drunk
To know one's own heart, to know one's life's aims.
Calling on the spirits of those who are heart friends
Drink with me into the state of rapturous wild unrestrain.

Bóng say chếnh choáng
Bước chân liêu xiêu
Hồn nhập Tình Thơ
Hồn say Ý Nhạc
Cười với trời xanh
Ca múa dưới trăng
Đời ai tỉnh, ai say
"Chí ta ta biết, lòng ta ta hay"
Gọi hồn tri kỷ những ai
Cùng ta cạn chén nhập say mê cuồng !...

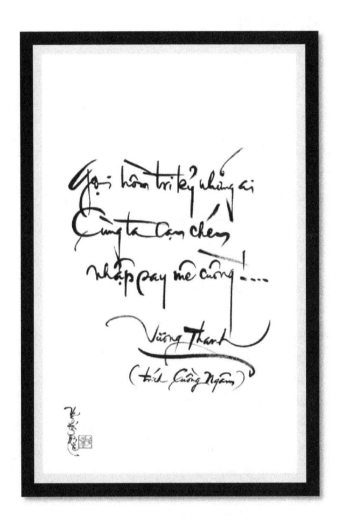

Verse Calligraphy by Artist Văn Tấn Phước

Feeling Adrift

Original Song: Chơi Vơi
Music: Vĩnh Điện, Poem: VuongThanh (1980s)
Translated by VuongThanh

The wind glides lightly over the river

The water currents keep flowing and flowing forever

My mind wanders... to some faraway sky...

Quietly listening to the waves beating on the shore,

My heart's filled with some longings and age-old sorrows.

Alas! Ten years away from the homeland

I still feel out-of-place in this refuge city

Amidst an ocean of people,

still a lonely soul...

Amidst Life,

still feeling unsettled.

This evening, on the exiled land

Alone under the winter sky,

Feeling very small in the endless meadow of snow,

Lost in the vastness of the Infinite Universe.

Gazing at the snow flowers falling,

Like the tears in my soul...

Snow falls, snow keep falling

Feeling adrift... like the snow...

Thơ : *Vương Thanh*
Nhạc : *Vĩnh Điện*

BOSTON (ưu tư, cô đơn, phiền muộn)

Gió lướt nhẹ trên sông, dòng nước chảy mãi không

ngừng. Hồn ta lang thang phương trời nao... Lặng nghe tiếng sóng vỗ rì

rào, dạt dào niềm nhớ ưu tư. Ôi mười năm xa xứ, lạc

lòng một tâm hồn. Giữa phố phường xa lạ, giữa biển người cô

đơn, giữa cuộc đời hoang mang. Chiều nay trên đất khách, chơ

vơ giữa trời đông, nhỏ nhoi trên đồng tuyết, mất

hút giữa vô cùng. Ngắm hoa tuyết đang rơi, mà hồn tôi thổn

thức. Tuyết rơi, hoa tuyết mãi rơi. Tuyết rơi, tuyết đang rơi, trong

ta nhớ thương dong đầy, một trời chơi vơi...

Sparkling...

Original Poem: Lung Linh...
Author: VuongThanh

A summer afternoon with warm sunshine

The earth - a fresh green, the sky - a clear blue

Leaves rustling and dancing in the breeze

Orioles jumping from branch to branch, singing

The wind's gentle and caressing

The air scented with the fragrance of flowers

But how come in my heart, there appears a misty sorrow

the rising of nostalgic longings... like the ocean tides in my soul

Since millenniums ago,

the white clouds have been drifting and wandering...

To a faraway horizon... to other worlds.

It's not yet the month of October,

but already I can hear the sounds of yellow leaves

falling...

and falling...

I'm feeling wistful for some place... faraway in the past

Vague images from the deep of my subconscious

to some olden times

when the Moon Fairy still does not know

the meaning of sorrow.

Chiều nắng hạ trong lành

Đất trời tươi thắm một mầu xanh

Lá reo mừng, nhảy múa

Chim chuyền cành hót ca

Gió nhẹ nhàng, êm ái

Không gian ngan ngát hương hoa

Cớ sao lòng ta như có điều chi buồn bã

Nghe lòng trào dâng một nỗi niềm vời vợi ... miên man ...

Ngàn xưa mây trắng lang thang, lang thang

Về nơi xa vời, ... ôi xa vời ...

Trời còn chưa vào tháng mười

Mà nghe đâu đây những chiếc lá vàng rơi ...

rơi ...

Bồi hồi nỗi nhớ nơi xa xôi

Mơ hồ tiếng gọi trong vực sâu tiềm thức

Một thuở xưa nào, xưa rất xưa

Khi nàng trăng hãy còn chưa ... chưa biết sầu

Thousands of stars sparkle in the night

Whose ethereal music arises

a melody of the heart,

drifting with the smoke and mist,

in the vastness of the starry sky.

Across many floating worlds,

many lifetimes in the earthly realm,

I perceive, often in a hazy mist,

a pair of eyes

clear like water,

gentle like a flower,

deep like the night,

warm like sunshine,

a smile in those eyes,

sparkling like the stars,

captivates my heart.

And I lost myself

in the

sweet fragrance

of Intoxicating Beauty...

Lung linh ngàn sao giữa vòm trời đêm thăm thẳm

Tiếng đàn ai dìu dặt,

Khúc tơ lòng trôi dạt

theo làn sương khói

chốn mênh mông ...

Qua bao nhiêu cõi giới bềnh bồng

bao nhiêu mộng kiếp nơi trần thế

Vẫn còn ghi dấu nơi sâu thẳm trong hồn ta :

Một đôi mắt long lanh

chan chứa những thâm tình ...

Một tiếng cười trong veo

Ngọt ngào như dòng suối mát,

Dịu dàng như ánh bình minh

Hương thơm ngào ngạt hoa quỳnh

Hồn ta phiêu lạc

giữa bồng bềnh ...

men say ....

Beautiful Like A Dream

Original Poem: Đẹp Như Trong Một Giấc Mơ
Author: VuongThanh

I remain myself in this market-like world

Still an everflowing stream of poetry and wine across the four seas

Still dream of being back a thousand years ago

With Li Bai, have an all-out night of drinks together.

Welcome...

Welcome Friend from the faraway realm

Ten jugs of wine not enough to quench Life's source of sorrow

Gazing at the infinite voidness of the night

To which horizon, had the wind taken the Moon Lady?

Leaving the night sky gloomily cold with just the Milky Way stars

On a cloud road, a shadow of a distant bird flying

Flying to where? O Where is its homeland?...

Homeland. O! Homeland!

Where's my homeland?

Is it in this ephemeral, bitter and harsh world

Or is it a fairyland, a realm of angels?

Where I can daily drink and compose intoxicating verses.

Ta vẫn là ta giữa chợ đời
Vẫn dòng thơ rượu ngát trùng khơi
Vẫn mơ về thuở nghìn thu trước
Cùng với Trích Tiên túy ẩm chơi ...

Mời ...
Mời người trong cõi xa xôi
Mươi vò rượu cạn chưa vơi mạch sầu
Nhìn vào vô tận đêm thâu
Gió đưa trăng đến phương nào
Để vòm đêm lạnh chùm sao ngân hà
Đường mây một bóng chim xa
Bay về đâu hỡi? Đâu là quê hương ? ...

Quê hương. Ôi !... Quê hương !
Quê hương ta ở hà phương ?
Phải đâu trần thế vô thường, đắng cay
Là chăng một cõi thiên thai ?
Ngày ngày uống rượu, thơ say thả tràn

Together with Lý and Hoàng as friends

We'll enjoy the song of the phoenix from the mountain

and relax to fairyland music, gentle and loving...

In the evening, we'll watch the exotic dancing

Hearing the singing voices of the angels from a cloud swirl of silk

      dresses

Her dress flows gracefully as she dances and whirls around

Thousands of birds and beasts gaze in astoundment

And me: I feel so lightheaded

Sober one moment, and drunken the next,

As my eyes follow the swirls of her lustrous dream hair

So beautiful like in a dream...

Cùng chàng Lý với Hoàng lang

Nghe chim phượng hót trên ngàn

Nghe dòng tiên nhạc dịu dàng yêu thương ...

Đêm xem vũ khúc nghê thường

Người tiên ca múa, bềnh bồng tơ mây ...

Thướt tha tà áo bay bay

Muôn chim, vạn thú ngẩn ngây nhìn nàng

Còn ta: chếnh choáng mơ màng

Như say như tỉnh theo làn tóc thơ ...

Đẹp như trong một giấc mơ ...

A Song of Love

Original Song: Tình Tự Khúc
Music: Dương Vân Châu Trúc Ca, Poem: VuongThanh
Translated by VuongThanh

Like the stars glittering in the far horizon
LIke the brook gently flowIng down the mountaIn
Like the silver moon shining on the bamboo terrace
Like the blooming epiphyllum flower's delicate fragrance

I've been infatuated since many lifetimes ago
From your charming gracefulness and slender figure
From the sunlight sparkling on your coral lips
From the sandals with the color of a rose.

Chorus:
O The lustrous stream of hair with heavenly fragrance
Dreamy eyes that spark a thousand wistful moments
Your flowing dress dances its reflection in the river waves
My boat lost in the romantic mist of your presence.

Hands in hands, we'll go through life's journey
Through happy times and periods of difficulties
Music floats in the air with the Song of Love
The birds nearby chorus a symphonic harmony .

Amy & Me, 1998

Tặng Tuyết Hương.

TÌNH TỰ KHÚC

Thơ : Vương Thanh
Nhạc : Dương Vân Châu Trúc Ca

Chậm - Tình cảm

Như ánh Sao đêm đẹp cuối trời. Như giòng suối

biếc nhẹ nhàng trôi. Như vầng trăng ngọc soi thềm

trúc. Như đóa Quỳnh hoa rực rỡ ngời. Ta đã si

mê tự kiếp nào? Từ em tha thướt dáng thanh

tao. Từ em môi thắm lung linh nắng. Từ gót hài

TÌNH TỰ KHÚC (2)

ươm sắc hồng đào. Ôi! làn tóc xõa dịu dàng

hương. Đôi mắt Nai buồn gieo vấn vương. Tà

áo mơ màng in sóng nước. Cho thuyền anh lạc giữa màn

sương. Tay nắm tay đi trọn lối trần. Dù khi êm

ấm lúc gian truân. Đàn yêu so phím Uyên Ương

Khúc. Hòa tiếng chim đua hót thật gần.

Tay ngà nhẹ lướt nguồn tâm cảm
Một khúc nguyệt cầm... ngấn lệ rơi... (VT)

Thúy Kiều playing the moon lute
Painting by Artist Thanh Trí

Genius and Destiny

Original Poem: Truyện Kiều, lines: 1 – 38
Author: Nguyễn Du
Translated by VuongThanh

Within a hundred-year lifespan in this earthly world
Genius and Destiny have a tendency to oppose each other
A turbulent mulberry-field-covered-by-sea period had passed
The things that we saw still deeply pain our hearts
'Tis not strange that beauty may beget misery
The jealous gods tend to heap spites on rosy-cheeked beauties
Turning a scented page of an old tome under an oil lamp
History books still record the bygone sagas of Love and Romance
It was during the Gia-Tinh's rule of the Ming dynasty
The two capitals are stable; peace reigns in the country.

There was a respectable towsnman of the Vuong family,
Of modest wealth, he belongs to the middle class in society.
He has a son, the youngest, named Vuong Quan,
who will carry on the family line of Confucian scholars.
The first-borns were two beautiful daughters
Thúy-Kiều the eldest, Thúy Vân the younger
Apricot slender in frame, snow pure in spirit
Each to her own charms, but both girls are perfect.

Trăm năm trong cõi người ta

Chữ tài, chữ mệnh khéo là ghét nhau

Trải qua một cuộc bể dâu

Những điều trông thấy mà đau đớn lòng

5. Lạ gì bỉ sắc tư phong

Trời xanh quen thói má hồng đánh ghen

Cảo thơm lần giở trước đèn

Phong tình có lục còn truyền sử xanh

Rằng: năm Gia Tĩnh triều Minh

10. Bốn phương phẳng lặng, hai kinh vững vàng.

Có nhà viên ngoại họ Vương

Gia tư nghĩ cũng thường thường bậc trung

Một trai con thứ rốt lòng

Vương Quan là chữ, nối dòng nho gia.

15. Đầu lòng hai ả tố nga,

Thúy Kiều là chị, em là Thúy Vân

Mai cốt cách, tuyết tình thần

Mỗi người một vẻ, mười phân vẹn mười

Vân's beauty's very remarkable
Her eyebrows – full crescent arcs, her moonlit face – oval
Jades tingles in her voice; flowers bloom from her smile
Her speech: educated, chaste and refined
Clouds yield to her hair's lustrous shine and flow
Snow cedes to the silken whiteness of her skin's glow
Kiều, the eldest, is especially witty and charming
Her talents and beauty even surpass her sibling
Her eyes: soul-deep liquid pools of autumn lake water
Her eyebrows: silhouettes of mount'n crests in spring
Flowers envy her captivating looks
Willows grieve at her youthful freshness
One smile can rock a fortress, two smiles: a nation
Other girls may have comparable talents,
But none can compare to her beauty's perfection.

Endowed with God-gifted intelligence
Music, painting, poetry, singing are her accomplishments
Well versed in music theory and the art of the moon lute
She composed a long music piece
about the life of an ill-fated beauty
that would move the hearts of her listeners to pity.

Innately elegant and multi-talented are the two sisters
Even though they're approaching the age of marriage,
they stay at home quietly behind closed curtains and drapes,
not heeding the comings and goings
of the bees and butterflies
from the eastern wall nearby.

Vân xem trang trọng khác vời,
20. Khuôn trăng đầy đặn, nét ngài nở nang.
Hoa cười, ngọc thốt, đoan trang,
Mây thua nước tóc, tuyết nhường màu da.
Kiều càng sắc sảo mặn mà,
So bề tài sắc vẫn là phần hơn.
25. Làn thu thuỷ, nét xuân sơn,
Hoa ghen thua thắm, liễu hờn kém xanh.
Một hai nghiêng nước nghiêng thành,
Sắc đành đòi một, tài đành hoạ hai.

Thông minh vốn sẵn tính trời,
30. Pha nghề thi hoạ đủ mùi ca ngâm.
Cung, thương làu bậc ngũ âm,
Nghề riêng ăn đứt Hồ cầm một trương.
Khúc nhà tay lựa nên chương,
Một thiên "Bạc mệnh" lại càng não nhân.

35. Phong lưu rất mực hồng quần,
Xuân xanh xấp xỉ tới tuần cập kê
Êm đềm trướng rủ màn che,
Tường đông ong bướm đi về mặc ai.

At Đạm Tiên's Grave

Original Poem: Truyện Kiều, lines: 39-132
Author: Nguyễn Du
Translated by VuongThanh

Like a sparrow moving back and forth on a spindle,
spring days come and go ever so quickly.
Already it's more than sixty days into the season.
Young grass stretches a fresh greenness to the far horizon.
On the pear branches lie a few smiling white flowers.
It's Thanh Minh, a seasonally festive day in March,
when the burial sites of loved ones are visited and cleaned,
and the festival is called "Treading on the Grass."

Near and far, young people are eager to go out on a walk
The two sisters also prepared for their spring day outing
The streets are full of well-dressed scholars and fair maidens
Horses and carriages moving unceasingly like water
The roads are jam-packed with clothes and people
As the two sisters come up to the burial mounds,
ashes of gold-like rolls and paper money,
scattered by the wind, lies all over the grounds.

Gradually, the sun moves to the West,
the sisters wistfully head for home.
Pacing leisurely alongside a streamlet
The scenery is painting-like delicate

Ngày xuân con én đưa thoi
40. Thiều quang chín chục đã ngoài sáu mươi
Cỏ non xanh tận chân trời
Cành lê trắng điểm một vài bông hoa
Thanh minh, trong tiết tháng ba
Lễ là tảo mộ, hội là đạp thanh.

45. Gần xa nô nức yến oanh
Chị em sắm sửa bộ hành chơi xuân
Dập dìu tài tử giai nhân
Ngựa xe như nước, áo quần như nêm
Ngổn ngang gò đống kéo lên
50. Thoi vàng vó rắc, tro tiền giấy bay

Tà tà bóng ngả về tây
Chị em thơ thẩn dan tay ra về.
Bước lần theo ngọn tiểu khê
Lần xem phong cảnh có bề thanh thanh

A Garden of Vietnamese Lyrics & Verse, Volume 1

Here, the water curves around a bend;
there, a little bridge spanning across the waters at the far end.
Suddenly, a lowly mound of earth on the trailside appear
where the sad-looking grass is half yellow, and half green.
Kiều asks, "Why is it that on this memorial day,
there's no incense or smoke for this burial grave?"

Vuong Quan, her brother, answers:
'Tis the grave of Đạm Tiên, once a well-known songstress.
She was renowned for her talents and beauty
Outside her door, there was no lack of butterflies and bees,
but the fate of a beauteous woman has ever been fragile.
In the mid of her blooming youth,
the heavenly fragrant flowered branch was cut off from life.
There was an amorous man from a faraway place,
attracted by her fame, he wanted to meet her.
The boat of love has just arrived in the harbor,
but the brooch was already broken, the vase shattered!

Her empty room's lifelessly cold and silent
Green moss already started to cover
the traces of horses and carriages of her admirers.
The man shed tears and cried:
"How regretful that we're not destined for each other
If we cannot in this lifetime be together
Here's a token of Love to inspire Fate
for us to meet in some future lives and become heart mates."
He then acquired a rosewood coffin and arranged for a lavish funeral
Countless sunrises and sunsets since then had passed
Her grave, being ownerless, no one care to visit.

55. Nao nao dòng nước uốn quanh
Dịp cầu nho nhỏ cuối ghềnh bắc ngang
Sè sè nấm đất bên đường
Dầu dầu ngọn cỏ, nửa vàng nửa xanh
Rằng: Sao trong tiết Thanh minh
60. Mà đây hương khói vắng tanh thế mà?

Vương Quan mới dẫn gần xa:
Đạm Tiên nàng ấy xưa là ca nhi
Nổi danh tài sắc một thì,
Xôn xao ngoài của, hiếm gì yến anh.
65. Phận hồng nhan có mong manh,
Nửa chừng xuân, thoắt gẫy cành thiên hương
Có người khách ở viễn phương
Xa nghe cũng nức tiếng nàng tìm chơi
Thuyền tình vừa ghé đến nơi
70. Thì đà trâm gãy bình rơi bao giờ!

Buồng không lạnh ngắt như tờ
Dấu xe ngựa đã rêu lờ mờ xanh
Khóc than khôn xiết sự tình
Khéo vô duyên bấy là mình với ta.
75. Đã không duyên trước chăng mà,
Thì chi chút ước gọi là duyên sau.
Sắm sanh nếp tử, xe châu
Vùi nông một nấm, mặc dầu cỏ hoa.
Trải bao thỏ lặn, ác tà,
80. Ấy mồ vô chủ, ai mà viếng thăm!

Kieu's heart was already filled with some prior melancholy
Upon hearing the sad story, her pearl teardrops start to fall profusely
"Alas! How painful is the destiny of a woman!
It's said that an unhappy fate is our common lot.

Alas! How pitiless the Creator is!
To lay waste to a maiden's youth and withers her beauty.
When alive, she's the wife of many a man
When dead, she becomes a ghost with not a single husband

Where are her ardent lovers now?
Where are those beauty-craving admirers?
As there's no one to think of her,
I will burn a few incense sticks.
Call it a meeting of sympathetic hearts on the road
Hopefully, she in the underworld will know.

She mutters prayers in tones high and low
Then make a bow before leaving the grave
An area with withered grass under the twilight
The wind blows lightly through the shivering weeds
She pulls down a silver brooch that pins her hair,
and carves on the tree a four lines, seven words stanza.

Then, as if falling into a state of enchantment,
She stands immobile and stare dazedly at the verses.
Her lovely flower face becomes sad and pensive
Immersed in sorrow, streams of pearly tears keep falling.

Lòng đâu sẵn mối thương tâm
Thoạt nghe Kiều đã đầm đầm châu sa:
Đau đớn thay, phận đàn bà!
Lời rằng bạc mệnh cũng là lời chung.

85. Phũ phàng chi bấy Hoá công!
Ngày xanh mòn mỏi, má hồng phôi pha
Sống làm vợ khắp người ta
Hại thay! Thác xuống làm ma không chồng!

Nào người phượng chạ, loan chung,
90. Nào người tiếc lục tham hồng là ai?
Đã không kẻ đoái, người hoài,
Sẵn đây ta kiếm một vài nén hương
Gọi là gặp gỡ giữa đường,
 Hoạ là người dưới suối vàng biết cho.

95. Lâm râm khấn khứa nhỏ to
Sụp ngồi, vài gật trước mồ, bước ra.
Một vùng cỏ áy bóng tà
Gió hiu hiu thổi một và bông lau
Rút trâm sẵn dắt mái đầu
100. Vạch da cây, vịnh bốn câu ba vần.

Lại càng mê mẩn tâm thần
Lại càng đứng lặng tần ngần chẳng ra
Lại càng ủ dột nét hoa
Sầu tuôn đứt nối, chân sa vắn dài!

Van said, "My sister, you are ridiculous
to have spare teardrops to weep for people of ancient times."
Kieu replies, "Since time immemorial,
 Cruel Fate has never spared any woman.
Just thinking of this makes me grieve
Seeing her lying there, I wonder what my destiny will be?"
Quan cuts in "My dear sister,
Each line you speak gets harder and harder on the ears.
The atmosphere here is spirit-heavy and gloomy
Evening shadow's descending and the way home still far."
Kiều replies "Those talented elites,
Their physical bodies may perish,
but their spiritual essences will persist.
Who knows if kindred souls will not together meet?
Wait a little while, she may yet show herself soon."

The words barely spoken with no forthcoming reply
when a strong whirlwind suddenly from nowhere arises.
Violently, it shakes the trees, causing flowers and leaves to fall
From the column of wind, a woman's perfume still lingers in the air.
Following the wind's path,
there were footsteps clearly stamped on the grass.
On seeing this, everyone was a little terrified
Kiều said "This's the power of true faith and trust.
Sympathetic souls are bound to meet each other.
Please don't mind that you are from the spirit world
if we are to be bosom sisters."
In heart-felt gratitude to Đạm Tiên for showing her presence,
Kiều added to the recent verses a few more lines.
Her sensitive heart's full of feelings and inspiration
On the foot of the tree, an old-style poem was inscribed.

105. Vân rằng: Chị cũng nực cười,
Khéo dư nước mắt, khóc người đời xưa!
Rằng: Hồng nhan tự nghìn xưa,
Cái điều bạc mệnh có chừa ai đâu
Nỗi niềm tưởng đến mà đau,
110. Thấy người nằm đó, biết sau thế nào?
Quan rằng: Chị nói hay sao,
Mỗi lời là một vận vào khó nghe!
Ở đây âm khí nặng nề,
Bóng chiều đã ngã, dậm về còn xa.
115. Kiều rằng: Những đấng tài hoa,
Thác là thể phách, còn là tinh anh
Dễ hay tình lại gặp tình,
Chờ xem, ắt thấy hiển linh bây giờ.

Một lời nói chửa kịp thưa
120. Phút đâu trận gió cuốn cờ đến ngay
Ào ào đổ lộc, rung cây
Ở trong dường có hương bay ít nhiều
Dè chừng ngọn gió lần theo
Dấu giày từng bước in rêu rành rành
125. Mặt nhìn ai nấy đều kinh
Nàng rằng: Này thực tinh thành chẳng xa
Hữu tình ta lại gặp ta,
Chớ nề u hiển, mới là chị em.
Đã lòng hiển hiện cho xem
130. Tạ lòng, nàng lại nối thêm vài lời
Lòng thơ lai láng bồi hồi
Gốc cây, lại vạch một bài cổ thi

Kim Trọng's First Appearance

Original Poem: Truyện Kiều, lines: 133 – 170
Author: Nguyễn Du
Translated by VuongThanh

While half-wanting to stay, half-wanting to leave,

A sweet melody from somewhere approaches near

Seems to be a young scholar riding on a horse,

at a leisurely pace with hand loosened on the reins.

Half a pocket of dreamer's moon and poet's wind

With a couple of pageboys following him

His coat has a light scent of fresh grass

its hue is that of the blue sky

His horse is the color of snow-white

From afar, he had seen their faces

He dismounted and walks towards them.

As the scholar's shoes move over the grass meadow,

The whole area seems to be jade branches with gems' glow.

Quan knows him and comes forward to greet

The two Kieu, from maidenly shyness, take shelter behind the flowers

Actually, he's not really a stranger

He's Kim Trong, a descendant of a noble line

His family's wealthy, his genius well-recognized

Famed for his literary skill, endowed with God-given intelligence

He's blessedly gifted and extraordinarily handsome

When at home, he's kind and courteous

When going out, he's winsome and generous.

Dùng dằng nửa ở nửa về,

Nhạc vàng đâu đã tiếng nghe gần gần

135. Trông chừng thấy một văn nhân

Lỏng buông tay khấu, bước lần dặm băng.

Đề huề lưng túi gió trăng,

Sau lưng theo một vài thằng con con

Tuyết in sắc ngựa câu dòn,

140. Cỏ pha mùi áo nhuộm non da trời.

Nẻo xa mới tỏ mặt người,

Khách đà xuống ngựa, tới nơi tự tình

Hài văn lần bước dặm xanh,

Một vùng như thể cây quỳnh, cành dao

145. Chàng Vương quen mặt ra chào,

Hai Kiều e lệ nép vào dưới hoa.

Nguyên người quanh quất đâu xa,

Họ Kim tên Trọng vốn nhà trâm anh.

Nền phú hậu, bậc tài danh,

150. Văn chương nết đất, thông minh tính trời

Phong tư tài mạo tuyệt vời,

Vào trong phong nhã, ra ngoài hào hoa

In fact, he lives in the same vicinity
and was a schoolmate of Vuong Quan
Having long heard that his neighbor
has two beautiful daughters,
like the two Kieu of olden times,
locked up in the Đồng Tước tower.

Only a few houses apart, but mountains and rivers lie in between
For quite some time, his heart's filled with Love and Dreams
A fortunate day to finally meet these angels
His heart's satisfied to see the heavenly fragrant flowers
From afar, he had seen their figures
Spring orchid and autumn daisy,
Both are heart-captivating beauties.

A meeting between a national beauty and a genius
Inwardly, they have fallen in love with each other,
But outwardly, still showing shyness and reserve
His mind hazy as if half-awake, half in a dream
Staying long not suitable, but leaving so difficult
The evening light seems to hasten the parting's sadness
The scholar already on the horse and moving away,
The beauty's still gazing for a long while afterward
Under the bridge, the streamlet's crystal clear water flows
By the bridge, the willow branches sway gracefully
in the evening shadows...

Chung quanh vẫn đất nước nhà,
Với Vương Quan trước vẫn là đồng thân.
155. Trộm nghe thơm nức hương lân,
Một nền Đồng Tước khoá xuân hai Kiều.

Nước non cách mấy buồng thêu,
Những là trộm dấu, thầm yêu chốc mòng.
May thay giải cấu tương phùng,
160. Gặp tuần đố lá thoả lòng tìm hoa.
Bóng hồng nhác thấy nẻo xa,
Xuân lan, thu cúc, mặn mà cả hai

Người quốc sắc, kẻ thiên tài,
Tình trong như đã, mặt ngoài còn e.
165. Chập chờn cơn tỉnh, cơn mê,
Rốn ngồi chẳng tiện, dứt về chỉn khôn.
Bóng tà như giục cơn buồn
Khách đà lên ngựa, người còn ghé theo
Dưới dòng nước chảy trong veo,
170. Bên cầu tơ liễu bóng chiều thướt tha.

Kieu Dreams of Đạm Tiên

Original Poem: Truyện Kiều, lines: 171-242
Author: Nguyễn Du
Translated by VuongThanh

When Kieu returned to her maiden chamber
The sun had set behind the mountain,
The town's dusk gongs had sounded.
The slanted moon peeps through the window
Golden moonlight ripples on the water,
Tree shadows fill the terrace.
The camellia flowers droop to the eastward neighbor's side
Dewdrops hang heavily on the swaying branches

Alone by herself, gazing at the moon
Kieu's heart was filled with recent events and faraway anxieties
"If a person's life has such an ending,
A lavish city life is but a life wasted.
Whence he came and to what end that we should meet one another
In this life, will there be some chance for us to be together?"
With a heart full of hundreds of threads of feelings
Kieu composes a beautiful poem to express her state of being

As the waning moon shows its slanted shape through the curtain
Leaning against the sill, Kieu falls into a slumber
Suddenly, out of nowhere, appears a young and beautiful damsel
She looks quite graceful with striking elegance
Her face infused in mist, her skin white like snow
Small golden lotus feet seems to glide on the ground
Sometimes appearing to be closer,
and sometimes farther away.

Kiều từ trở gót trướng hoa
Mặt trời gác núi chiêng đà thu không
Gương Nga chênh chếch dòm song
Vàng gieo ngấn nước, cây lồng bóng sân
175. Hải đường lả ngọn đông lân
Giọt sương gieo nặng, cành xuân la đà

Một mình lặng ngắm bóng Nga
Rộn đường gần với nỗi xa bời bời:
Người mà đến thế thì thôi,
180. Đời phồn hoa cũng là đời bỏ đi
Người đâu gặp gỡ làm chi,
Trăm năm biết có duyên gì hay không?
Ngổn ngang trăm mối tơ lòng,
Nên câu tuyệt diệu ngụ trong tính tình

185. Chênh chênh bóng nguyệt xế mành
Tựa ngồi bên triện, một mình thiu thiu.
Thoắt đâu thấy một tiểu kiều,
Có chiều phong vận, có chiều thanh tân
Sương in mặt, tuyết pha thân,
190. Sen vàng lãng đãng, như gần như xa

In joyful surprise, Kieu welcomes her:
Coming from the fairyland, which astray path leads you here?
She replies: Those of the same temperament and situation
We had met just earlier today, have you already forgotten?
My poor abode is westward of your house
Above it, a bridge with water flowing underneath
My deep gratitude for your sympathetic heart,
And for your beautiful verses like gold and pearls.
I told our league's chief about you,
and he said your name's also in the Heartbreaking Destiny List.

It's predestined that we should meet
We are people of the same league, of the same boat!
Here's ten new poetry themes that's just posted
Fairy verses will need your skill with the flower pen
Looking over the themes, Kieu consented
Her fairy hand dances rapidly over the paper,
completing the ten poems in a flash
After reading the poems, the girl silently praises:
A beautiful heart with extraordinary poetic skill
If these poems are in the book of Heartbreaking Destiny songs
She will win the first-prize trophy, yielding to none.

At the doorway, the girl had turned to leave
Kiều still tries to keep her to stay for more heart-to-heart
Whence the wind suddenly blows on the curtain,
She wakes up and realizes she was in a dream.
Looking about for the girl but she's neither here nor there
Although her fragrance still seems to linger in the air

Rước mằng, đón hỏi dò la:
Đào Nguyên lạc lối đâu mà đến đây?
Thưa rằng: Thanh khí, xưa nay,
Mới cùng nhau lúc ban ngày đã quên?
195. Hàn gia ở mái tây thiên,
Dưới dòng nước chảy, bên trên có cầu
Mấy lòng hạ cố đến nhau,
Mấy lời hạ tứ ném châu gieo vàng.
Vâng trình hội chủ xem tường,
200. Mà xem trong sổ đoạn trường có tên

Âu đành quả kiếp nhân duyên
Cũng người một hội, một thuyền đâu xa.
Này mười bài mới, mới ra,
Câu thần lại mượn bút hoa vẽ vời.
205. Kiều vâng lĩnh ý đề bài
Tay tiên một vẫy, đủ mười khúc ngâm
Xem thư nấc nở khen thầm
Giá đành tú khẩu, cẩm tâm khác thường!
Ví đem vào tập đoạn trường
210. Thì treo giải nhất, chi nhường cho ai

Thềm hoa khách đã trở hài,
Nàng còn cầm lại một hai tự tình
Gió đâu sịch bức mành mành,
Tỉnh ra mới biết rằng mình chiêm bao
215. Trông theo nào thấy đâu nào,
Hương thừa dường hãy ra vào đâu đây.

All alone, reflecting on this and that in the late night
She thinks of her distant future and becomes terrified
A leaf swept by the wind, a flower drifting in the water,
"Would that be my fate in this life?" she wonders.

Endless waves of innermost feelings swamp her heart
As she reflects on life's paths, she starts to sob
Her crying reach her mother's chamber
Who suddenly wakes up and asks "What's the matter?
Why are you still up at night,
and your flower face wet with tears?"

Kieu replies: Your little daughter
hasn't yet repaid filial duties to father and mother.
This afternoon, we visited Dam Tien's grave
Then tonight, I saw her in a dream.
Mother, what is the "Heartbreaking Destiny" book about ?
And those sad themes she gave me to compose poems for.
Based on what happened in the dream,
I think my future will be nothing but dismal.

Mother teaches "What groundless, absurd dreams!
Why 'cause of nothing, put worries and distress into your heart."
Kiều listened to her mother's counsel and stopped grieving
Hardly had sorrow left, she begins to think of love
Outside the window, orioles are gently chirping
On the side wall, the willow's shadow flies over to the neighbor's
        house.
The moon casts its slanted shadow on the veranda
All alone with inmost thoughts abound, she feels very lonely.

Một mình lưỡng lự canh chầy,
Đường xa, nghĩ nỗi sau này mà kinh!
Hoa trôi, bèo giạt, đã đành,
220. Biết duyên mình, biết phận mình, thế thôi!

Nỗi riêng lớp lớp sóng giồi
Nghĩ đòi cơn, lại sụt sùi đòi cơn
Giọng Kiều rền rỉ trướng loan,
Nhà huyên chợt tỉnh, hỏi: Cơn cớ gì?
225. Cớ sao trằn trọc canh khuya,
Màu hoa lê hãy đầm đìa giọt mưa?

Thưa rằng: Chút phận ngây thơ,
Dưỡng sinh đòi nợ tóc tơ chưa đền
Buổi ngày chơi mả Đạm Tiên,
230. Nhắp đi, thoắt thấy ứng liền chiêm bao
Đoạn trường là số thế nào?
Bài ra thế ấy, vịnh vào thế kia
Cứ trong mộng triệu mà suy
Phận con thôi có ra gì mai sau!

235. Dạy rằng: Mộng triệu cứ đâu?
Bỗng không mua não chuốc sầu, nghĩ nao!
Vâng lời khuyên giải thấp cao
Chưa xong điều nghĩ, đã đào mạch Tương
Ngoài song thỏ thẻ oanh vàng
240. Nách tường bông liễu bay sang láng giềng
Hiên tà bóng gác nghiêng nghiêng
Nỗi riêng, riêng chạnh tấc riêng một mình.

Kim Trong's Lovesick

Original Poem: Truyện Kiều, lines: 243 –300
Author: Nguyễn Du
Translated by VuongThanh

It's well known that for those who are romantics,
Who can unravel the threads of love in their hearts?
Since he returned home from the chance meeting
She's constantly in his thoughts and his feelings
His lovesickness grows and grows
Each day seems drearily slow,
Like three years compressed into a day.

Heavy drapes shroud her window like a wall of clouds
Each night, he dreams of a glimpse of her at her house
A month has already passed by
He longs to see her face,
yet nervous how to ask her for a date
His room feels cold like copper
Ink brush tips dried, lute strings out of tune
A light wind blows through the blinds, creating a nostalgic melody
Fragrance induces longing, tea induces her sweet voice
If it's not predestined love for three lives,
Why such fortress-shaking beauty to tease one's heart?

Feeling wistful for the special place of first seeing her
He left his house hurriedly to go there

Cho hay là giống hữu tình
Đố ai gỡ mối tơ mành cho xong
245. Chàng Kim từ lại thư song
Nỗi nàng canh cánh bên lòng biếng khuây
Sầu đong càng lắc càng đầy,
Ba thu dọn lại một ngày dài ghê!

Mây tần khoá kín song the
250. Bụi hồng lẽo đẽo đi về chiêm bao
Tuần trăng khuyết, đĩa dầu hao,
Mặt mơ tưởng mặt, lòng ngao ngán lòng.
Buồng văn hơi lạnh như đồng
Trúc se ngọn thỏ, tơ trùng phím loan
255. Mành Tương phơn phớt gió đàn
Hương gây mùi nhớ, trà khan giọng tình:
Ví chăng duyên nợ ba sinh,
Làm chi những thói khuynh thành trêu ngươi?

Bâng khuâng nhớ cảnh, nhớ người,
260. Nhớ nơi kỳ ngộ vội dời chân đi

The place's now covered with lush green grass
Clear water flows under the bridge,
But nothing else about her to see!
The evening breeze seems to invoke melancholy
The lonely reeds sway in mocking affirmation

A sudden desire to see her fills his heart
He hurriedly leaves the place to go to her house
Deep and austere-looking, with closed gates and high walls
So ends the chance of seeing and talking with her
The line of willows droop their leaves, forming a natural curtain
An oriole chirped mockingly from a tree branch
Behind several closed gates, somewhere's her chamber
The front yard's filled with fallen flowers,
but she's nowhere to be seen.
He stood there for a long while, then strolls around
Suddenly he sees a house behind the backyard

It's the house of the businessman Ngô Việt
The owner's away and the house's empty
He rented the place as a student coming from another town
Taking his lute, books and other belongings, he moved into the
             house.
The landscaping's in a good state with grass, rocks, and trees
And a terrace in shining golden letters, the name of "View Thúy".
His heart's joyful of such a happy coincidence
"It must be a Heaven-ordained love", he wished.

Một vùng cỏ mọc xanh rì,
Nước ngâm trong vắt, thấy gì nữa đâu!
Gió chiều như gợi cơn sầu
Vi lô hiu hắt như mầu khơi trêu

265. Nỗi riêng nhớ ít, tưởng nhiều,
Xăm xăm đè nẻo Lam Kiều dần sang
Thâm nghiêm, kín cổng, cao tường,
Cạn dòng lá thắm, dứt đường chim xanh.
Lơ thơ tơ liễu buông mành
270. Con oanh học nói trên cành mỉa mai
Mấy lần cửa đóng then cài
Đầy thềm hoa rụng, biết người ở dâu?
Tần ngần đứng suốt giờ lâu
Dạo quanh chợt thấy mái sau có nhà

275. Là nhà Ngô Việt thương gia,
Buồng không để đó, người xa chưa về
Lấy điều du học hỏi thuê
Túi đàn, cặp sách, đề huề dọn sang
Cỏ cây, cỏ đá sẵn sàng
280. Có hiên Lãm Thuý, nét vàng chưa phai.
Mầng thầm chốn ấy chữ bài
Ba sinh âu hẳn duyên Trời chi đây!

His window kept half-opened,

He keeps watching the eastern wall each day.

Being so near to her, and yet it seems like being shut behind a wall.

Day by day, there's not even a glimpse of her shadow coming out.

It'd already been two full moons since he moved into his new lodging.

One serene day, looking over the wall

He sees a gracious figure flitting by the peach tree

He hurriedly puts down his lute, tidies his dress, and rushes out

The perfume still lingers strongly, but the lady had disappeared.

He walks around the wall

On the peach tree, he sees a silver hair brooch

Kim reaches out his hand and takes it home

From which maiden's chamber is this from?

It must be she to have this precious thing

If not a predestined love, it wouldn't be easy to fall into one's hands!

He keeps holding and admiring the brooch all night

It still has her lingering white jasmine scent.

Song hồ nửa khép cánh mây

Tường đông ghé mắt ngày ngày hằng trông

285. Tấc gang đồng toả nguyên phong

Tịt mù nào thấy bóng hồng vào ra

Nhẫn từ quán khách lân la,

Tuần trăng thấm thoát nay đà thêm hai

Cách tường phải buổi êm trời,

290. Dưới đào đường có bóng người thướt tha

Buông cầm, xóc áo, vội ra,

Hương còn thơm nức, người đà vắng tanh

Lần theo tường gấm dạo quanh

Trên đào nhác thấy một cành kim thoa

295. Giơ tay với lấy về nhà:

Này trong khuê các, đâu mà đến đây?

Gẫm âu người ấy, báu này

Chẳng duyên chưa dễ vào tay ai cầm!

Liền tay ngắm nghía biếng nằm

300. Hãy còn thoang thoảng hương trầm chưa phai.

Kim Trong's Courting of Thuy-Kieu

Original Poem: Truyện Kiều, lines: 301 –470
Author: Nguyễn Du
Translated by VuongThanh

At early dawn, Kim sees her, when the morning fog has just cleared
By the wall, she seems a little puzzled as she searches far and near
Kim has been waiting for her to appear all night
He raises his voice over the wall to sound out her mind:
A silver brooch, by chance, I have just found
How would one know, for the pearl to be returned, where's Union
    Town?
From the other side, Kiều replies:
I'm grateful for a gentleman' heart that doesn't care for dropped
    things.
The brooch's worth only a few farthings
But the noble-heartedness of a gentleman is highly esteemed.

Kim replies: We are close neighbors
Just next door and not at all distant strangers
A chance fortune for me to find a lost brooch
to compensate for the sorrow in my heart all this time
It'd been so long to have this one day
Please stay awhile to converse
and let us get to know one another better

He hurriedly goes back and take a few things from his room
A velvet piece of cloth with two golden bracelets from his heirlooms

Tan sương đã thấy bóng người,

Quanh tường ra ý tìm tòi ngẩn ngơ.

Sinh đà có ý đợi chờ,

Cách tường lên tiếng xa đưa ướm lòng:

305. Thoa này bắt được hư không,

Biết đâu Hợp Phố mà mong châu về?

Tiếng Kiều nghe lọt bên kia:

Ơn lòng quân tử sá gì của rơi.

Chiếc thoa nào của mấy mươi,

310. Mà lòng trọng nghĩa khinh tài xiết bao!

Sinh rằng: Lân lý ra vào

Gần đây nào phải người nào xa xôi.

Được rày nhờ chút thơm rơi

Kể đà thiểu não lòng người bấy nay!

315. Bấy lâu mới được một ngày

Dừng chân gạn chút niềm tây gọi là.

Vội về thêm lấy của nhà

Xuyến vàng đôi chiếc khăn là một vuông.

With a ladder, he stealthily climbs over the wall
Is she not the very person he met that day!
On recognizing him, she becomes shy and a little embarassed
He gazes at her, while she shyly bows her head

Kim says: Since our chance encounter at the festival,
my heart's been longing for you all this time
Lovesickness's wearing my body thin
If I just wait, who knows if there would be a today!
A full month already passed by since we met
I had to dare for a chance to see and talk with you
And now, do please grant me this:
Would a noble pedestaled mirror shine on a humble duckweed?

After a while, she hesitantly replies:
My family rules are snow-pure, and very strict
Even if two persons are in love with one another
Its outcome will depend on Father and Mother
I'm grateful for your affection
I'm but a child and do not know really what to reply.

Kim says: Yesterday's windy, tomorrow may be rainy
A spring day like this does not, by any chance, come easy
Even if you do not consider my infatuation
It's bad for me but is it of use to anyone?
We could first bind our affection
And then will form a plan of action
Even if God does not take pity on our love
We will dare to let go of our spring of youth in this life.

Bậc mây rón bước ngọn tường
320. Phải người hôm nọ rõ ràng chẳng nhe?
Sượng sùng giữ ý rụt rè,
Kẻ nhìn rõ mặt người e cúi đầu.

Rằng: Từ ngẫu nhĩ gặp nhau
Thầm trông trộm nhớ bấy lâu đã chồn
325. Xương mai tính đã rũ mòn
Lần lừa ai biết hãy còn hôm nay!
Tháng tròn như gởi cung mây
Trần trần một phận ấp cây đã liều!
Tiện đây xin một hai điều
330. Đài gương soi đến dấu bèo cho chăng?

Ngần ngừ nàng mới thưa rằng:
Thói nhà băng tuyết chất hằng phỉ phong,
Dù khi lá thắm chỉ hồng,
Nên chăng thì cũng tại lòng mẹ cha.
335. Nặng lòng xót liễu vì hoa,
Trẻ thơ đã biết đâu mà dám thưa!

Sinh rằng: Rày gió mai mưa,
Ngày xuân đã dễ tình cờ mấy khi!
Dù chăng xét tấm tình si
340. Thiệt đây mà có ích gì đến ai?
Chút chi gắn bó một hai
Cho đành rồi sẽ liệu bài mối manh
Khuôn thiêng dù phụ tấc thành
Cũng liều bỏ quá xuân xanh một đời.

If your heart insists on being so strict
My efforts for your love, would it not be very wasted?

Quietly listening to his sweet words, gentle like a lullaby
Feelings of love reflects in the shyness of her eyes
She replies: 'Tis a new and strange day
Respecting your feelings for me,
my heart cannot bear to restrain your affection
As I have received love from a true-hearted gentleman
You have my golden vow of faithful love henceforth.

On hearing her words, the anxiety knots in Kim's heart were gone
He took out the silver brooch, the pink cloth and put them into her
        hands
Saying: A lifetime of our relationship starts from this day
These are the tokens to mark our love
In her hand was already a velvet cloth, and a silk fan
With her hairpin, they immediately exchanged gifts

Their love vows were scarcely spoken
When from the back of the house, voices were heard
Hurriedly they left, brushing against leaves and flowers
He returned to his study room, and she departs from her chamber.

Since they shared their feelings for each other,
Love in their hearts becomes deeper,
and their minds often wander.
The Longing River, although not very wide
Each keeps thinking and waiting for the other side.

345. Lượng xuân dù quyết hẹp hòi
Công đeo đuổi chẳng thiệt thòi lắm ru!

Lặng nghe lời nói như ru
Chiều xuân dễ khiến nét thu ngại ngùng.
Rằng: Trong buổi mới lạ lùng
350. Nể lòng có lẽ cầm lòng cho đang!
Đã lòng quân tử đa mang
Một lời vàng tạc đá vàng thủy chung.

Được lời như cởi tấm lòng,
Giờ kim thoa với khăn hồng trao tay.
355.Rằng: Trăm năm cũng từ đây,
Của tin gọi một chút này làm ghi.
Sẵn tay khăn gấm quạt quỳ,
Với cành thoa ấy tức thì đổi trao.

Một lời vừa gắn tất giao,
360.Mái sau dường có xôn xao tiếng người.
Vội vàng lá rụng hoa rơi,
Chàng về viện sách nàng dời lầu trang.

Từ phen đá biết tuổi vàng,
Tình càng thấm thía dạ càng ngẩn ngơ.
365.Sông Tương một dải nông sờ,
Bên trông đầu nọ bên chờ suối kia.

A wall lies in between with blocking snow and hiding fog
It's hard for them to have news of each other.
Windy days and moonlit nights gradually pass by
With summer's lush green, spring's over.

Today's birthday on her mother's family side
Her parents, brother, and sister will be going to the party
A hustling day, dressing up and preparing for the trip
To present a gift with sincere best wishes.

Alone by herself in the house,
Kieu thinks the opportunity to meet Kim has been left for today
She prepares delicacies and fruits in her chamber
Then walks quickly to the dividing wall
She just scarcely called out in a low tone his name
To find that he was already, by the flowers, waiting
He complains that she has been lukewarm to him
"To let their love relationship be cold for so long
His heart's been alternating between longings and sorrows
Half of his head's will soon become white with fog and snow."

She replies: The wind kept me, the rain detained me
I'm sorry for letting you down all this time
But today, no one's at home
I come out here to return with gratitude your affection
She then walks around the garden's miniature mountain
At the wall's end, there's a gate that's just fenced
She rolls up her sleeves and open the gate,
Pushes the clouds aside to see clearly the way to Fairyland.

Một tường tuyết trở sương che.
Tin xuân đâu dễ đi về cho năng.
Lần lần ngày gió đêm trăng,
370.Thưa hồng rậm lục đã chừng xuân qua.

Ngày vừa sinh nhật ngoại gia,
Trên hai đường dưới nữa là hai em.
Tưng bừng sắm sửa áo xiêm,
Biện dâng một lễ xa đem tấc thành.

375.Nhà lan thanh vắng một mình,
Ngẫm cơ hội ngộ đã dành hôm nay.
Thời trân thức thức sẵn bày,
Gót sen thoăn thoắt dạo ngay mái tường.
Cách hoa sẽ dặng tiếng vàng
380.Dưới hoa đã thấy có chàng đứng trông
Trách lòng hờ hững với lòng,
Lửa hương chốc để lạnh lùng bấy lâu.
Những là đắp nhớ đổi sầu,
Tuyết sương nhuốm nửa mái đầu hoa râm.

385.Nàng rằng: Gió bắt mưa cầm,
Đã cam tệ với tri âm bấy chầy.
Vắng nhà được buổi hôm nay,
Lấy lòng gọi chút ra đây tạ lòng!
Lần theo núi giả đi vòng,
390.Cuối tường dường có nẻo thông mới rào.
Xắn tay mở khóa động đào,
Rẽ mây trông tỏ lối vào Thiên-thai.

Their faces brighten as they look at each other
Greeting wishes were said, and inquiries about health and weather
Shoulder to shoulder, they walk back to his study room
Conversing about poetry and their love vows by mountain and river

On a side table, lie various ink cups and pen brushes
Hanging on the wall is a painting of cedar trees
Their strengths and exposure to wind and fog were expressed
        naturally
As she give praises for the brush strokes,
the more she looks, the more vibrantly fresh she finds them to be

Kim says: the painting was drawn just a little while ago
Please grace it with a few words to enhance its beauty
Her fairy hand flows quickly like the blowing wind, the falling rain
On the painting, soon appeared a new quatrain.

Kim praises: Your skills're extraordinary and your thoughts flow in
        gems
Even Miss Ban, Miss Ta are not equal to that!
If in previous lifetimes, had I not done a lot of good things,
I would not have the happiness of being together with you.

She replies: Just from a hidden glance of your face,
I think that if you will not become a member of the Court Royal,
then at least you will be an honored official.
As for me, my fate's thin like a grasshopper
Don't know if God will grant us a future together

Mặt nhìn mặt càng thêm tươi
Bên lời vạn phúc bên lời hàn huyên.
395.Sánh vai về chốn thư hiên,
Góp lời phong nguyệt nặng nguyền non sông.

Trên yên bút giá thi đồng,
Đạm thanh một bức tranh tùng treo trên.
Phong sương được vẻ thiên nhiên,
400.Mặt khen nét bút càng nhìn càng tươi.

Sinh rằng: Phác họa vừa rồi
Phẩm đề xin một vài lời thêm hoa.
Tay tiên gió táp mưa sa
Khoảng trên dừng bút thảo và bốn câu.

405.Khen: Tài nhả ngọc phun châu
Nàng Ban, ả Tạ cũng đâu thế này!
Kiếp tu xưa ví chưa dày,
Phúc nào nhắc được giá này cho ngang!

Nàng rằng: Trộm liếc dung quang,
410.Chẳng sân bội ngọc cũng phường kim môn.
Nghĩ mình phận mỏng cánh chuồn,
Khuôn xanh biết có vuông tròn mà hay?

I remember a year when I was still naive
There was a fortuneteller who said to me:
"When talent and beauty outwardly exudes in full glamour
An unhappy fate's in store for its owner."
Looking at you and now thinking of me
One's thick, one's thin, should we really be together?

Sinh replies: Destiny give us our chance encounter
Since ancient times, stories of human willpower
overcoming their fates are many.
If we face unsurmountable difficulties
in unraveling the knots of Destiny,
then we will dare to risk our lives.

They talk about many big and small things
Hearts in love, feeling light and happy with several drinks
The joyous day's too short, not even a full hand's size
The sun already set beyond the Western sky
It then seems not quite proper to stay overly long
She reluctantly says goodbye and heads for home

On arriving home, she hears the news
Her parents still at the party and will not return for the night
She lets down her room's door curtain
Then walks hurriedly through the night garden
The moon, shining on the treetops, casts thick and thin shadows
The oil lamp in Kim's study room weakly flickers...

Nhớ từ năm hãy thơ ngây,
Có người tướng sĩ đoán ngay một lời:
415.Anh hoa phát tiết ra ngoài
Nghìn thu bạc mệnh một đời tài hoa.
Trông người lại ngẫm đến ta
Một dầy một mỏng biết là có nên?

Sinh rằng: Giải cấu là duyên,
420.Xưa nay nhân định thắng thiên cũng nhiều.
Ví dù giải kết đến điều,
Thì đem vàng đá mà liều với thân!

Đủ điều trung khúc ân cần
Lòng xuân phơi phới chén xuân tàng tàng
425.Ngày vui ngắn chẳng đầy gang
Trông ra ác đã ngậm gương non đoài
Vắng nhà chẳng tiện ngồi dai
Giã chàng nàng mới kíp dời song sa.

Đến nhà vừa thấy tin nhà
430 Hai thân còn giở tiệc hoa chưa về
 Cửa ngoài vội rủ rèm the
 Xăm xăm băng lối vườn khuya một mình.
 Nhặt thưa, gương giọi đầu cành,
 Ngọn đèn trông lọt trướng huỳnh hắt hiu.

Resting against a table, Kim starts to doze
Half awake, half drunk with wine and love
Her lotus footsteps echoes in his sleep
The moonlight waned, the pear flower approaching near
Still wistful for a mount'n fairy's love for a human king
Kieu's sudden arrival appears to be in a loving dream.

Kieu says, "In the emptiness of the night
'Cause of flower I have to dare a path to find flower.
Now, we see each other, face-to-face, clearly
Who knows if some tomorrow, it will not be just a dream?"
Kim's overjoyed, and with ceremony, he invites her in
He puts more oil in the lotus lamp, and burns some incense

Then, they together compose the love vows onto paper
With the silver knife, she cut and give him strands of her hair
The moon's shining brightly in the sky
They speak their vows together as if of one mind
Then they ask many little things in the other's heart
And promise for their entire life to love and be faithful to each other.

As they drink and talk in the night
He becomes aroused by her fragrance and her mirrored reflection
Kim says, "Gentle breeze in a clear moonlit night
For a long time, there's still in my heart a little unsatisfied
I have not yet crossed the Love Bridge
I'm afraid it may sound improper, this wish?"

Sinh vừa tựa án thiu thiu,
Giở chiều như tỉnh, giở chiều như mê.
Tiếng sen sẽ động giấc hòe,
Bóng trăng đã xế hoa lê lại gần.
Bâng khuâng đỉnh Giáp, non Thần,
440 Còn ngờ giấc mộng đêm xuân mơ màng.

Nàng rằng: "Khoảng vắng đêm trường,
"Vì hoa nên phải đánh đường tìm hoa.
"Bây giờ rõ mặt đôi ta,
"Biết đâu rồi nữa chẳng là chiêm bao?"
 Vội mầng làm lễ rước vào,
 Đài sen nối sáp, song đào thêm hương.

Tiên thề cùng thảo một trương,
Tóc mây một món, dao vàng chia đôi.
Vầng trăng vằng vặc giữa trời,
450 Đinh ninh hai miệng, một lời song song.
Tóc tơ căn vặn tấc lòng,
Trăm năm tạc một chữ đồng đến xương.

Chén hà sánh giọng quỳnh tương,
Dải là hương lộn, bình gương bóng lồng.
Sinh rằng: "Gió mát trăng trong,
"Bấy lâu nay một chút lòng chưa cam;
"Chày sương chưa nện cầu Lam,
"Sợ lần khân quá ra sàm sỡ chăng?

She replies, "Like the stories of red marriage-binding threads
A vow's sufficient to bind us to each other
Just don't ask for anything indecent
Other than that, I would not regret obliging you anything."

Kim says, "I heard of your famous talent at the moon lute
If my 'Chung Ky' ears can have the pleasure of hearing you play."
She replies, "Just a small talent, of little worth
But since you ask, I will gladly obey."

On the wall, a moon lute's already hanging
Kim hurriedly takes it down
And raises it to the level of his eyebrows
Kieu says, "This's just a petty and private talent of mine.
Your high regards make my heart feels burdened and surprised."

Nàng rằng: "Hồng diệp xích thằng,
460 "Một lời cũng đã tiếng rằng tương tri.
"Đừng điều nguyệt nọ, hoa kia.
"Ngoài ra, ai lại tiếc gì với ai."

Rằng: "Nghe nổi tiếng Cầm đài
"Nước non luống những lắng tai Chung Kỳ."
Thưa rằng: "Tiện kỹ sá chi!
"Đã lòng dạy đến, dạy thì phải vâng."

Hiên sau treo sẵn cầm trăng,
Vội vàng Sinh đã tay nâng ngang mày.
Nàng rằng: "Nghề mọn riêng tay,
470 "Làm chi cho bận lòng này lắm thân?"

The Music of Thuy-Kieu

Original Poem: Truyện Kiều, lines: 471-496
Author: Nguyễn Du
Translated by VuongThanh

She starts with the tuning of the lute

Adjusting the four strings to their musical tone scales

Whence the melody that revive the "Han, Chu" battlefields

The sounds of steel swords clashing can be heard

Whence the melody of Tương Như's Love Plea for Phoenix

Isn't there a tinge of bitterness and sorrow?

Here's "Quảng Lăng" melody composed by Kê Khang

Its music: flowing like a river, floating like the clouds

Here's Chieu Quan's melody on crossing the nation's border

Half's longings for the king, half's for her home.

Clear like the sound of a crane flying by

Thick like the waterfall in the middle of its descent

Unhurried like a gentle breeze passing outside the door

Quick and rushed like it's raining hard and heavy

The oil lamp sometimes bright, sometimes dark

Making the person sitting there also feels sad

Sometimes he rests his elbows on his knees,

Sometimes he bows his head

Sometimes his insides feel all twisted up

Sometimes his eyebrows curl up in a frown

471. So dần dây vũ, dây văn,

Bốn dây to nhỏ theo vần cung, thương.

Khúc đâu Hán, Sở chiến trường,

Nghe ra tiếng sắt, tiếng vàng chen nhau.

475. Khúc đâu Tư mã Phượng cầu,

Nghe ra như oán, như sầu, phải chăng?

Kê Khang này khúc Quảng Lăng,

Một rằng Lưu thủy, hai rằng Hành vân.

Quá quan này khúc Chiêu quân,

480. Nửa phần luyến chúa, nửa phần tư gia.

Trong như tiếng hạc bay qua,

Đục như nước suối mới xa nửa vời.

Tiếng khoan như gió thoảng ngoài,

Tiếng mau sầm sập như trời đổ mưa.

485. Ngọn đèn khi tỏ khi mờ,

Khiến người ngồi đó cũng ngơ ngẩn sầu.

Khi tựa gối, khi cúi đầu,

Khi vò chín khúc, khi chau đôi mày.

He says, "It's good, exceeding good
But it's so full of bitterness and sorrow
Why play such a mournful piece
to make your heart heavy and the listener's unsettled."
Kieu replies, "A bad habit I'm accustomed to
Sad or joyous, it's my endowed nature, what can I do!
But your words are golden advice, I will keep them in my heart."
Kim says: "Please do try to make it less bitter and distressful."

Rằng: Hay thì thật là hay,
490. Nghe ra ngậm đắng, nuốt cay thế nào!
So chi những bậc tiêu tao,
Dột lòng mình cũng nao nao lòng người.
Rằng: "Quen mất nết đi rồi,
"Tẻ vui, thôi cũng tính trời biết sao!
"Lời vàng, vâng lĩnh ý cao,
"Họa dần dần bớt chút nào được không."

Divine Spirit of Mountains and Rivers (Motherland)
Word Painting by Artist Văn Tấn Phước

Exhortation to the Military Officers

Original Poem: Hịch Tướng Sĩ
Author: Trần Hưng Đạo
Translated by VuongThanh

I have often heard:

Kỷ Tín sacrificed his life to save the emperor Cao.

Do Vu took a spear in his back to protect King Chieu.

Dự Nhượng swallowed coal to avenge his master.

Thân Khoái cut off his arm to help save the country.

Kính Dức, a young man, shielded Thái Tông to escape Thái Sung's siege.

Cảo Khanh, a distant subject, scolded An Lu Shan,

and resisted following the traitor's plan.

Since the olden times, the faithful ones have sacrificed their lives

for their country, and which generation does not have?

Supposing if those persons just lead plain lives,

Then they will each die inside a corner of their houses.

How can they leave their names on silk and bamboo

To live forever with the earth and the sky.

You are descendants of warrior families, and not well versed in
        literature.

On hearing these stories, you are half-believing, half-doubting.

Okay, the deeds of the old days, we will not discuss.

Now, I will talk about those of the Song and Tang Dynasties.

Ta thường nghe:

Kỷ Tín đem mình chết thay, cứu thoát cho Cao Đế;

Do Vu chìa lưng chịu giáo, che chở cho Chiêu Vương;

Dự Nhượng nuốt than, báo thù cho chủ;

Thân Khoái chặt tay để cứu nạn cho nước.

Kính Đức một chàng tuổi trẻ, thân phò Thái Tông thoát khỏi vòng vây
Thái Sung;

Cảo Khanh một bầy tôi xa, miệng mắng Lộc Sơn, không theo mưu kế
nghịch tặc.

Từ xưa các bậc trung thần nghĩa sĩ, bỏ mình vì nước,

đời nào chẳng có ?

Ví thử mấy người đó cứ khư khư theo thói nhi nữ thường tình

Thì cũng đến chết hoài ở xó cửa, sao có thể lưu danh sử sách

Cùng trời đất muôn đời bất hủ được ?

Các ngươi

Vốn dòng võ tướng, không hiểu văn nghĩa,

Nghe những chuyện ấy nửa tin nửa ngờ.

Thôi việc đời trước hẳng tạm không bàn.

Nay ta lấy chuyện Tống, Nguyên mà nói:

Who was Vương Công Kiên?
Who was his lieutenant, Nguyễn Văn Lập?
They were the ones who defended the Điếu Ngư fortress
Against Mông Kha' immense army with over hundred thousand of
      men.
Thus, they still have the Song people's deepest gratitude.

Who was Cốt Đãi Ngột Lang?
Who was Xích Tu Tư, his lieutenant?
They were those who brave the hardships of crossing thousands of
      miles
through sickening land to beat down the Nam Chiếu army in a few
      weeks.
Thus, their names still live on in the hearts of the Mongolian people.

You and I were born in times of trouble,
Growing up when the Motherland's in danger.
We see the enemy ambassadors swaggering on the roads.
They bend their owlish tongues to insult our Court.
Despicable as goats and dogs, but they dare to humiliate our high
      officials.
Supported by Kublai Khan, they demand jade and silk to satisfy their
      bottomless greed.
Putting on the title as King of Vân Nam, they demand silver and gold,
      to empty our limited treasures.

It's no different than to give meat to a hungry tiger, and not the way
      to avoid future disaster.

Vương Công Kiên là người thế nào ?

Nguyễn Văn Lập, tỳ tướng của ông lại là người thế nào ?

Vậy mà đem thành Điếu Ngư nhỏ tày cái đấu

Đương đầu với quân Mông Kha đường đường trăm vạn,

Khiến cho sinh linh nhà Tống đến nay còn đội ơn sâu!

Cốt Đãi Ngột Lang là người thế nào ?

Xích Tu Tư tỳ tướng của ông lại là người thế nào ?

Vậy mà xông vào chốn lam chướng xa xôi muôn dặm đánh quỵ quân

   Nam Chiếu trong khoảng vài tuần,

Khiến cho quân trưởng người Thát đến nay còn lưu tiếng tốt!

Huống chi, ta cùng các ngươi sinh ra phải thời loạn lạc,

Lớn lên gặp buổi gian nan.

Lén nhìn sứ ngụy đi lại nghênh ngang ngoài đường,

Uốn tấc lưỡi cú diều mà lăng nhục triều đình;

Đem tấm thân dê chó mà khinh rẻ tổ phụ.

Ỷ mệnh Hốt Tất Liệt mà đòi ngọc lụa để phụng sự lòng tham khôn

   cùng;

Khoác hiệu Vân Nam Vương mà hạch bạc vàng, để vét kiệt của kho có

   hạn.

Thật khác nào đem thịt ném cho hổ đói, tránh sao khỏi tai họa về sau.

I often,

at dining time, forget to eat,

and in the middle of the night, beat on the pillow.

My stomach entrails are painful like it's being torn to shreds, my tears

fall profusely.

I'm angered at not being able to cut the meat, tear the skin, eat the

liver, drink the blood of our enemies.

Even if I have to die a hundred times and my body left on the grass,

Or a thousand times my body's wrapped in the horse's skin,

I still vow to do it.

You have been under my command for a long while.

You don't have clothing, I give you clothing.

You don't have food to eat, I give you rice.

Officers of low rank, I promote to higher rank.

You have little compensation, I give you raise

You go by water, I give you boats.

You go by land, I give you horses.

On the battlefront, we share the same dangers.

When at leisure, we often laugh together.

Compared with Công Kiên treating his officer,

and Ngột Lang, his assistant,

my treatment for you is nothing less.

Now, you sit and watch your lord gets humiliated but are not

concerned.

You suffered national humiliation but do not feel ashamed.

Ta thường
Tới bữa quên ăn, nửa đêm vỗ gối,
Ruột đau như cắt, nước mắt đầm đìa;
Chỉ giận chưa thể xả thịt, lột da, ăn gan, uống máu quân thù;
Dẫu cho
Trăm thân ta phơi ngoài nội cỏ,
Nghìn thây ta bọc trong da ngựa,
Cũng nguyện xin làm.

Các ngươi
Ở lâu dưới trướng, nắm giữ binh quyền,
Không có mặc thì ta cho áo;
Không có ăn thì ta cho cơm.
Quan thấp thì ta thăng tước;
Lộc ít thì ta cấp lương.
Đi thủy thì ta cho thuyền; đi bộ thì ta cho ngựa.
Lâm trận mạc thì cùng nhau sống chết;
Được nhàn hạ thì cùng nhau vui cười.
So với Kiên đãi kẻ tỳ tướng,
Ngột Lang đãi người phụ tá,
nào có kém gì?

Nay các ngươi
Ngồi nhìn chủ nhục mà không biết lo;
Thân chịu quốc sỉ mà không biết thẹn.

You're an officer but have to stand serving the deceitful enemy soldier
   and do not get angry.
You listen to the court music played for the insolent enemy
   ambassadors and do not know anger.

Some of you enjoy chicken fights; some enjoy the gambling games.
Some tend their farms to serve their families
Some long for their wives and children.
Some work on their businesses, but forget their national duties.
Some delight in hunting to the point of neglecting military exercises.
Some like good wine, some love singing.
But if the Mongolian enemies suddenly invade our country,
Then the rooster's claws are not sharp enough to pierce the enemy's
   armor.
The gambling tricks not enough to implement military strategies.
Lot of farms not enough to exchange for your precious life.

Busy with wife and daughter is not of any use to national security.
Lots of money still not enough to buy an enemy's head.
Hunting dog, although quick, cannot chase away the enemies.
Sweet wine cannot make an enemy die of drunkenness.
Sweet singing voice cannot deafen an enemy.
Then at that time, when we're captured, how bitterly painful would
   that be!

Làm tướng triều đình đứng hầu quân man mà không biết tức;
Nghe nhạc thái thường đãi yến sứ ngụy mà không biết căm.

Có kẻ lấy việc chọi gà làm vui; có kẻ lấy việc cờ bạc làm thích.
Có kẻ chăm lo vườn ruộng để cung phụng gia đình;
Có kẻ quyến luyến vợ con để thỏa lòng vị kỷ.
Có kẻ tính đường sản nghiệp mà quên việc nước;
Có kẻ ham trò săn bắn mà trễ việc quân.
Có kẻ thích rượu ngon; có kẻ mê giọng nhảm.
Nếu bất chợt có giặc Mông Thát tràn sang
Thì cựa gà trống không đủ đâm thủng áo giáp của giặc;
Mẹo cờ bạc không đủ thi hành mưu lược nhà binh.
Vườn ruộng nhiều không chuộc nổi tấm thân ngàn vàng;

Vợ con bận không ích gì cho việc quân quốc.
Tiền của dẫu lắm không mua được đầu giặc;
Chó săn tuy hay không đuổi được quân thù.
Chén rượu ngọt ngon không làm giặc say chết;
Giọng hát réo rắt không làm giặc điếc tai.
Lúc bấy giờ chúa tôi nhà ta đều bị bắt, đau xót biết chừng nào!

Not only will my fief no longer exist,

But your home will belong to another.

Not only members of my family will be driven out,

But you wives and children will be taken by others.

Not only the tombs of my ancestors will be stamped upon,

But the graves of your ancestors will also be digged.

Not only will I be put into shame for many generations,

with my honor and name sullied and tarnished,

But you will also bear the shame of being defeated.

Then at that time, even if you want to enjoy life,

Is it possible?

Now, I will tell you in all frankness:

Take the business of "putting the fire under a pile of firewood" as

        serious.

Train your soldiers. Have them practice shooting arrows

until everyone's as good as Bang Mong or talented like Hau Nghe.

Now, I will tell you in all frankness:

Take the business of "putting the fire under a pile of firewood" as

        serious.

Train your soldiers. Have them practice shooting arrows

until everyone's as good as Bang Mong or talented like Hau Nghe.

Then we can hang Tat Liet's head at the Imperial Gate

And make mince meat of the king of Van Nam at Cao Nhai.

Chẳng những thái ấp của ta không còn
Mà bổng lộc các ngươi cũng thuộc về tay kẻ khác;
Chẳng những gia quyến của ta bị đuổi
Mà vợ con các ngươi cũng bị kẻ khác bắt đi;
Chẳng những xã tắc tổ tông ta bị kẻ khác giày xéo
Mà phần mộ cha ông các ngươi cũng bị kẻ khác bới đào;
Chẳng những thân ta kiếp này chịu nhục đến trăm năm sau tiếng nhơ
         khôn rửa, tên xấu còn lưu,
Mà gia thanh các ngươi cũng không khỏi mang danh là tướng bại
         trận.
Lúc bấy giờ, dẫu các ngươi muốn vui chơi thỏa thích,
Phỏng có được chăng ?

Nay ta bảo thật các ngươi:
Nên lấy việc "đặt mồi lửa dưới đống củi nỏ" làm nguy;
Nên lấy điều "kiềng canh nóng mà thổi rau nguội" làm sợ.
Phải huấn luyện quân sĩ, tập dượt cung tên,
Khiến cho
Ai nấy đều giỏi như Bàng Mông,
Mọi người đều tài như Hậu Nghệ,
Có thể bêu đầu Hốt Tất Liệt dưới cửa khuyết,
Làm rữa thịt Vân Nam Vương ở Cảo Nhai.

Then not only my fief will be safe forever,

But your privileges can be enjoyed your whole life.

Not only my family can enjoy life's comforts

But you too, can also spend your old age with your wives and
children.

Not only will my ancestral graves be maintained for thousand of
years,

But your ancestors will also be venerated throughout the four
seasons.

Not only will I have my aspirations satisfied in this life,

But you also, will be praised for hundreds of generations afterward,

Not only my title will be immortalized,

But your names will also be recorded in the history books.

Then at that time, even if you do not want to enjoy life,

Is that possible?

Now, I select the strategies of many military strategists, and make
into one book, called "Principles of Military Strategies".

If you will conscientously study this book, listen to my teachings, then
you will be my true comrade-in-arms.

But if you look down on this book, and ignore what I teach, then you
are my enemies.

Why is that?

The Mongolian invaders and us are the enemies that cannot live in
the same sky.

Như thế chẳng những thái ấp của ta mãi mãi vững bền
Mà bổng lộc các ngươi cũng suốt đời tận hưởng;
Chẳng những gia thuộc ta được ấm êm giường nệm,
Mà vợ con các ngươi cũng trăm tuổi sum vầy;
Chẳng những tông miếu ta được hương khói nghìn thu
Mà tổ tiên các ngươi cũng được bốn mùa thờ cúng;
Chẳng những thân ta kiếp này thỏa chí,
Mà đến các ngươi, trăm đời sau còn để tiếng thơm;
Chẳng những thụy hiệu ta không hề mai một,
Mà tên họ các ngươi cũng sử sách lưu truyền.
Lúc bấy giờ, dẫu các ngươi không muốn vui chơi,
Phỏng có được không ?

Nay ta chọn lọc binh pháp các nhà hợp thành một tuyển, gọi là Binh
　　　　Thư Yếu Lược.
Nếu các ngươi
Biết chuyên tập sách này, theo lời ta dạy bảo, thì trọn đời là thần tử;
Nhược bằng khinh bỏ sách này, trái lời ta dạy bảo thì trọn đời là
　　　　nghịch thù.

Vì sao vậy ?
Giặc Mông Thát với ta là kẻ thù không đội trời chung,

If you do not want to wash off the shame, eradicate evil, if you do not
      teach the soldiers,
Then it's no different than reversing the spear and beg for surrender,
      or raise empty hands to yield to the enemies.
If then, after that, when the enemies have been wiped away
Your names will be dishonored for many generations.
How can you then have any face to stand in this word?

So now, I write this proclamation to let you all clearly understand my
      deepest thoughts.

Mà các ngươi cứ điềm nhiên không muốn rửa nhục, không lo trừ
hung, lại không dạy quân sĩ,
Chẳng khác nào quay mũi giáo mà xin đầu hàng, giơ tay không mà
chịu thua giặc.
Nếu vậy, rồi đây, sau khi dẹp yên nghịch tặc,
Để thẹn muôn đời, há còn mặt mũi nào đứng trong cõi trời che đất
chở này nữa ?

Cho nên ta viết bài hịch này để các ngươi hiểu rõ bụng ta.

Đường trần bao cuộc bể dâu
Mộng xưa chừ đã nhạt mầu thời gian... (VT)

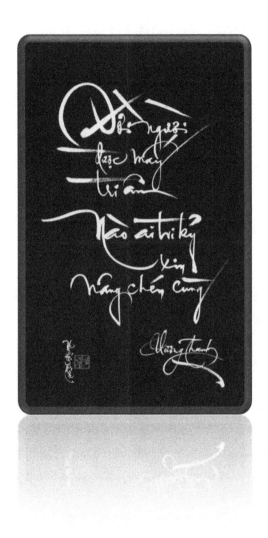

Verse from "Vọng Tiền Nhân
Calligraphy by Artist Văn Tấn Phước

Reminiscence About Historical Figures

Original Poem: Vọng Tiền Nhân, published: 2000, 2017
Author: VuongThanh

Some evening, I was reminiscing about people who lived years ago
The Exiled Angel who breathed thousands of intoxicating verses
The phoenix had flown away to fairyland
For ten thousands of years, the empty pavilion waits in
           remembrance... (1)

The scholar weaves wishes and dreams by the windowsill
Under the flowers, two hearts in love enter the poetry realm
Her dreamy, innocent bright eyes that belong to eons ago
A dream for a hundred years of being together
in the moonlit cove of Poetry, Music, and Love (2)

Over the Long River, the fog stretches for miles
By the quiet shore, the two friends said words of farewell
The clouds float in melancholy, like from a Tang poem
Waves of feelings of grief follow the footstep of the departee (3)

Life's full of distresses and sorrows
Three hundred years from now, who will shed tears for me (4)
Reading a few lines of verses in the quiet night,
Feeling sad for the human plight
Talent and Fate, often at odds with each other,
make the life of a beauty
 floats up-and-down with the ocean water (5)

Chiều nao chợt nhớ tiền nhân
Trích Tiên ai kẻ muôn vần thơ say
Phượng hoàng vút cánh thiên thai
Ngàn năm đài vắng vẫn hoài chờ trông (1)

Thư sinh dệt mộng bên song
Dưới hoa tình tự đôi lòng vào thơ
Hồng hoang đôi mắt xanh mơ
Trăm năm gác nguyệt cung tơ tuyệt vời (2)

Trường giang sương tỏa đầy trời
Bên giòng sông vắng ngậm ngùi từ ly
Sầu mây vời vợi đường thi
Sóng lòng theo bước người đi nghẹn ngào (3)

Cuộc đời lắm nỗi thương đau
Ba trăm năm nữa ai nào khóc ta (4)
Mấy vần đêm vắng ngâm nga
Mà nghe xao xuyến, xót xa thế tình
Hồng nhan bạc phận lênh đênh
Chữ tài, chữ mệnh nổi chìm kiếp hoa (5)

In a spirit of wild unrestraint,
singing as wine cups being emptied
The vast, misty earth and sky, where should I be
The four sky horizons full of wild winds and stormy rains
Tapping on the sword and sing a song,
Tilting a jug of wine and read some verses
How few understanding friends in one's life
Who's a friend of the heart, please drink with me (6)

A man's life promised to the spirit of adventure and high ideals
A full pocket of knowledge and skills to tame the world's ills
One day when wishes and dreams are satisfied,
then to a mountain abode with poetry and jug of wine (7)

The moon rises and brightens the night sky
There's the "Beautiful Lady" examining herself in the mirror
The moon shining brightly on her house from afar
O Tố, Hoàng's heart's full of tearing pain being apart from you (8)

The silkworms spin silk their whole lives
A poem of deep sorrow, for the wife shedding tears
as she longs for her soldier husband
Thousands of mulberry trees block their sights from each other
Each day seems like three years for a lady
waiting alone in her chamber (9)

Hào tình, "đối tửu đương ca"
Mang mang trời đất biết là về đâu
Tứ phương gió loạn mưa gào
Vỗ gươm mà hát, nghiêng bầu mà ngâm
Đời người được mấy tri âm
Nào ai tri kỷ, xin nâng chén cùng (6)

Trượng phu trót hẹn tang bồng
Kinh luân đầy túi, anh hùng dọc ngang
Một mai bầu rượu, cung đàn
Hẹn ngày toại chí non ngàn thảnh thơi (7)

Trăng lên tỏa sáng khung trời
Kìa nàng Tố nữ đang ngồi soi gương
Trăng nhà ai sáng một phương
Lòng Hoàng bao nỗi đoạn trường, Tố ơi ... (8)

Tơ tằm nhả mãi một đời
Khúc ngâm sầu lụy khóc người chinh phu
Ngàn dâu xa cách mịt mù
Từng ngày dài tựa ba thu khuê phòng (9)

The fish sauce boat of Nghệ An, rides back and forth on the river
The court's poetry association just has that strong smell
Leg chains stumble a prince's footsteps
A revolutionary scholar with crazy boastful arrogance
leaving a chapter for posterity (10)

"Sunshine and rain are Heaven's jobs" (11)
His poetry simple and elegant like folk verses
The scent of country grass fields familiarly sweet
Makes fragrant the six-eight verse,
and beautify the romance of gentle lovesickness

A poet's heart in a dreamland, or a dream harbor
Who ties the moon boat by the side of the Milky Way River
The night sky bright with the full moon
The Moon Goddess coming down to earth to have some fun (12)

The long river flows to the ocean
The soldiers of olden days, where are their burial graves
Grass by the riverside, the wind blows like sad sighs
Seems like in the water waves, thousands of swords clashing
The camp fires, the war drums beating ...
The cries of soldiers in pain stretch for miles
In war, since eons ago, only a few escape unscathed
The river water of Bạch Đằng Giang flows quietly
But several times, blood had dyed the river red
History record glorious victories against the invaders
Ten thousands of hearts like one,
for the race of the Mountain Fairy and Dragon King. (13)

Nghệ An, thuyền ngược xuôi dòng
Câu thơ thi xã đậm nguồn dấm hương
Xích xiềng bước bước thì vương
Ngông cuồng lưu lại thoại chương để đời (10)

"Nắng mưa là bệnh của trời" (11)
Thơ chàng bình dị như lời ca dao
Hương đồng cỏ nội ngọt ngào
Thơm vần lục bát đẹp sầu tương tư

Tình vào xứ mộng, bến mơ
Thuyền trăng ai thả bên bờ sông Ngân
Trời đêm sáng ánh trăng rằm
Chị Hằng dạo gót cõi trần vui chơi (12)

Sông dài cuồn cuộn biển khơi
Quân binh thuở trước chôn vùi nơi đâu
Bờ lau gió thổi xạc xào
Thoảng trong mặt sóng, kiếm đao trùng trùng
Thoảng trong ánh lửa bập bùng
Trống chiêng nổi dậy, đùng đùng quân oai
Tiếng rên la suốt dặm dài
Xưa nay chiến trận mấy ai còn toàn
Lặng lờ nước Bạch Đằng Giang
Bao phen máu nhuộm đỏ tràn mặt sông
Nghìn thu oanh liệt chiến công
Vạn lòng như một, con rồng cháu tiên (13)

The homeland suffers continous smoke and fires
I reminisce about the heroine who commit suicide in the Hát River
The sounds of Mê Linh drums live on in the people's minds
Calling on the Patriotic Spirit in each person to fight against the
enemies
Gloriously bright is the Spirit of our country
Incense in my heart set alight to worship the Trưng Heroines (14)

Here's the mount Tản, and the river Đà (15)
Months and years passing by, with revelry in tea and wine
The mountain and river still echo his verse
River water flows away, away for so long, but have not yet returned
The peach blossom's leaves falling on the mountain stream
The fairyland hidden in myst, where's the road back to paradise?

Tầm Dương rivershore floats a sad, nostalgic melody
Years ago charming with a beautiful figure
Talent and Beauty are renowned near and far
Day and night, entertain parties with lute and song.
Life flows by uncaringly
A few mulberry-field-becoming sea events
and the passing of time
have faded her youth and beauty
The lute music in the quiet night
expresses the sorrow in her heart. (16)

Quê hương khói lửa triền miên
Nhớ người liệt nữ trầm mình Hát giang
Trống Mê Linh mãi còn vang
Gọi Hồn Dân Tộc dẹp tan giặc thù
Rạng ngời Anh Khí Nghìn Thu
Tâm nhang thắp kính anh thư hai Bà (14)

Này đây núi Tản, sông Đà
Năm dài tháng rộng, rượu chè say sưa
Núi sông còn vọng tiếng thơ
Nước đi, đi mãi sao chưa thấy về
Lá đào rơi rắc sơn khê
Mịt mờ tiên cảnh, đường về nơi nao ? (15)

Tầm Dương vẳng khúc tiêu tao
Thuở nào hoa lệ, má đào thướt tha
Sắc tài vang tiếng gần xa
Ngày đêm yến tiệc cầm ca vui đùa
Giòng đời trôi mãi ơ thờ
Biển dâu mấy độ lu mờ nét xuân
Thời gian phai nhạt sắc trần
Tiếng đàn đêm vắng buồn ngân nỗi lòng (16)

Suddenly, I hear the call of the mountain and river

The "Righteous Spirit Song" rises up to the high clouds

A golden heart not feeling ashamed with the bright moon

In a human life, who does not goes through Death once (17)

A small pool too small for a big "cá kình" fish

A gilded cage not fitting for the wings of an eagle soaring high

Need to make the worl know of my abilities

And leave a fragrant reputation to be recorded in the pages of
History.

Notes:
1. Phoenix Pavilion – Li Bai
2. Tête-à-tête Under Flowers - Đinh Hùng
3. Farewell Poem - Thâm Tâm
4. Nguyễn Du
5. The Tale of Thuy Kieu - Nguyễn Du
6. Hồ Trường - Nguyễn Bá Trác
7. Chí Nam Nhi - Nguyễn Công Trứ
8. The Twelfth of June - Vũ Hoàng Chương
9. Chinh Phụ Ngâm - Đặng Trần Côn / Đoàn Thị Điểm
10. Cao Bá Quát
11. Nguyễn Bính
12. Hàn Mặc Tử
13. Trần Hưng Đạo, Lý Thường Kiệt defeated the Chinese invaders at Bạch Đằng river in the Nguyên and Sung dynasties.
14. The Trưng Sisters
15. Tản Đà
16. Tỳ Bà Hành - Bạch Cư Dị
17. "Nhân sinh tự cổ thùy vô tử ..." - Chính Khí Ca - Văn Thiên Tường

Chợt nghe tiếng gọi núi sông

Trường ca Chính Khí ngút tầng mây xanh

Lòng son chẳng thẹn trăng rằm

Đời người ai chẳng một lần tử sinh (17)

Hồ, ao nào đặng cá kình

Lồng son nào đặng cánh bằng bay cao

Làm cho rõ mặt anh hào

Danh thơm muôn thuở ghi vào sử xanh ...

Chú Thích:

1. Phụng Hoàng Đài - Lý Bạch

2. Tự Tình Dưới Hoa - Đinh Hùng

3. Tống Biệt Hành - Thâm Tâm

4. "Bất tri tam bách dư niên hậu, Thiên hạ hà nhân khấp Tố Như" - Nguyễn Du

5. Truyện Kiều - Nguyễn Du

6. Hồ Trường - Nguyễn Bá Trác

7. Chí Nam Nhi - Nguyễn Công Trứ

8. Mười Hai Tháng Sáu - Vũ Hoàng Chương

9. Chinh Phụ Ngâm - Đặng Trần Côn / Đoàn Thị Điểm

10. Cao Bá Quát

11. Nguyễn Bính

12. Hàn Mặc Tử

13. Hưng Đạo Vương, Lý Thường Kiệt phá quân Nguyên, Tống tại Bạch Đằng Giang

14. Hai Bà Trưng

15. Tản Đà

16. Tỳ Bà Hành - Bạch Cư Dị

17. "Nhân sinh tự cổ thùy vô tử ..." - Chính Khí Ca - Văn Thiên Tường

Ôn trang sử Việt chiều mưa
Trống Mê Linh tự ngàn xưa vọng về... (VT)

Chim Việt đậu Cành Nam
Calligraphy by Văn Tấn Phước

April Poem for My Homeland, Vietnam

Viet Translation: Thơ Tháng Tư Cho Quê Hương, publ: 2018
Author: VuongThanh

April has come round again

Bringing blooming flowers

And lush green across the land.

This morning, sunny blue sky

With soft patches of white clouds

To relax the wandering mind...

Somewhere amidst the tall fir trees,

Birds are tweeting to each other,

A music concert of harmony in nature

Providing a delightful aural feast

To lighten one's heavy spirit.

Willow branches sway gently by the lake

Magnolia petals dreamy white and delicate

Cherry blossoms, a cheerful pink, greet the wind

A perfect day and setting for poetic dreams.

Enchanted Spring is here in April

The earth vibrantly alive with verdant growth

Nature smiles brightly with flowers

Scent of poetry in the air

Yet, my heart's filled with sadness

This month, it was, many years ago,

From our beloved homeland, we fled.

(phóng dịch qua tiếng Việt từ nguyên tác tiếng Anh)

Quay vòng lại tháng tư rồi
Muôn hoa nở rộ, đất trời thắm xanh
Sáng nay trời đẹp, nắng hanh
Kia làn mây trắng nhẹ nhàng bay bay

Tiếng chim lảnh lót rừng cây
Đây dòng suối nhạc hòa hài thiên nhiên
Nhẹ nhàng âm hưởng triền miên
Nghe lòng êm dịu nỗi niềm đầy vơi ...

Mơ màng liễu rũ hồ soi
Mộc lan trắng mịn, hồng tươi anh đào
Đón xuân, hoa mỉm cười chào
Một ngày tuyệt đẹp ... đưa hồn vào ...cõi thơ

Nàng Xuân diễm ảo đến rồi
Tháng tư, mặt đất nảy chồi mầm non
Thiên nhiên rạng rỡ lục, hồng
Hương Thơ man mác khắp cùng không gian...
Sao lòng ta vẫn buồn mênh mang
Năm xưa cũng tháng tư này,
Quê hương yêu dấu một ngày rời xa !...

Our homeland,
A land of peace-loving and enduring people,
A land of poets, of heroes and heroines,
A land rich with four thousand years of history
With a culture deeply rich in mythology and poetry,
But ravaged by wars,
And the obsessive greed of our northern neighbor,
Who sought to rob us of our freedom and the fruits of our labor!

Vietnam, O Vietnam!
For centuries you had borne the chains of foreign domination
For centuries you have risen and fought against Chinese invasions

I can still hear
The echoes of Mê-Linh drums,
The calls to arms for men and women to fight for Freedom,
The thunderous stomp of white elephants, bearing women generals,
Chasing unwelcome invaders back to their borders.

I can still see
In the waves of Bạch-Đằng river
The fire and smoke of many battles;
The river a dark red with blood of Mongol invaders,
The Mongol hordes that conquered China,
Were severely beaten time after time
By the Vietnamese people
United in Fighting Spirit As One Man!

Quê Hương chúng ta,

Vùng đất của dân tộc kiên cường, yêu chuộng hòa bình

Vùng đất của thi nhân, anh hùng, liệt nữ

Với hơn bốn ngàn năm lịch sử trải dài

Với nền văn hóa ngát hương thi ca và huyền thoại

Nhưng bị cảnh tàn khốc của chiến tranh

từ lòng tham không đáy của láng giềng phương bắc

Họ muốn bóc lột sức lao động

Họ muốn cướp đi Tự Do của người Việt !

Việt Nam, Hỡi Việt Nam

Bao nhiêu thế kỷ chịu gông cùm ngoại tộc

Bao nhiêu thế kỷ vùng lên kháng chiến chống giặc Tàu

Ta còn nghe

tiếng vọng trống Mê Linh,

kêu gọi người dân giành độc lập cho quê hương

Tiếng chân đàn voi như sấm sét hung cuồng

Trên lưng chúng những nữ anh hùng dân tộc

Rượt đuổi giặc xâm lăng trở về biên giới .

Ta còn thấy,

trong sóng nước Bạch Đằng

Khói lửa chiến tranh

Dòng sông đỏ thắm máu giặc Mông Cổ

Giặc Mông đó từng chinh phục Trung Hoa

đã nếm mùi thảm bại bao lần

dưới sự đoàn kết

Triệu Triệu Người, Lòng Như Một

Của giòng giống Lạc Hồng ...

Vietnam, O Vietnam,

The land of elegant, modest, and brave women.

In peaceful time, she takes care of the family

During wartime, she'll put on soldier clothes

To fight the enemies.

Self-sacrificing is she, the Vietnamese mother

Always providing her children the best she can offer

Beautiful is the Vietnamese lady,

In her traditional ao-dai dress,

Showing her lovely figure in world fashion's best.

Elegant and charming is the Vietnamese beauty

With voice sweet as music

and playful manners to heart-tease ...

Vietnam, O Vietnam,

The land blessed with many beautiful sceneries.

In the North,

World-famous Ha Long bay and "Return Sword" lake,

Must-see sights for the world travelers to enjoy during their stay.

In the Central,

History becomes alive in a visit to the Hue palaces,

And from the boats on the Perfume River

With"opera-folk" singing carried by the wind,

Bring forth nostalgic memories and love for our fellow Vietnamese.

In the South,

The capital city Saigon bustles with vibrant life,

From early morning to past midnight,

Việt Nam, Hỡi Việt Nam
Vùng đất của những người phụ nữ thanh lịch,
khiêm tốn và can đảm
Thời bình, họ chăm sóc gia đình
Thời ly loạn, khoác áo lính chống quân thù
Họ chăm lo và hy sinh cho con cái,
được những điều tốt đẹp nhất mà họ có thể làm
Ôi, người mẹ Việt Nam ...
Tà áo dài tha thướt góp sắc hương cùng thời trang thế giới
Nét thanh lịch, vẻ kiều mỵ là giai nhân xứ Việt
Giọng êm như suối nhạc,
lời nói đoan trang, dịu dàng....

Việt Nam, Hỡi Việt Nam
Vùng đất của danh lam, thắng cảnh
Miền Bắc,
vịnh Hạ Long tiếng tăm hoàn vũ
Hồ Hoàn Kiếm thắng cảnh "phải xem" cho du khách phương xa
Miền Trung,
Lịch sử như sống lại
khi viếng thăm cung điện Huế xưa
Từ những chiếc thuyền trên giòng sông Hương
Điệu hò Huế thoảng trong làn gió
Chở hoài niệm và tình yêu quê hương
Miền Nam,
Thủ đô Sài Gòn tràn sức sống
Từ sáng sớm đến quá nửa khuya

With sidewalk food carts and small shops along the streets.
The lively sounds and sights of a city that never sleeps.
Nearby, the cities of NhaTrang and VungTau:
Destinations for the world's most beautiful beaches...

VietNam and Vietnamese,
The land and language of poetry,
Where musical intonation is inherent in the language,
Where the phrase "beautiful like a poem" is fairly common,
Where almost anyone you meet on the street,
May have written a few love poems

Or can easily recite many lines of popular folk verses.
It's often said that every Vietnamese has the heart of a poet.

VietNam, O VietNam,
Homeland of poets, of self-sacrificing ancestors.
Throughout history, you had fought off all foreign invasions.
But now,
Our lands are no longer protected through battles,
But either sold or leased for decades to our millennial-old northern
         aggressor.
Until when,
Will the Vietnamese people stand up and be united
To help the Motherland survive on the world's map,
To protect our mother tongue and cultural heritage,
For the future generations of the Vietnamese race.

Những quán hàng rong, những tiệm hàng dọc theo phố xá
Náo nhiệt, sống động của thành phố không bao giờ ngủ
Gần đó, thành phố Nha Trang, Vũng Tàu
Nơi dừng chân khách du lịch đến những bãi biển tuyệt vời....

Việt Nam và tiếng Việt
Vùng đất và ngôn ngữ của thi ca
Trong ngôn ngữ đã chứa luôn nhạc điệu
"Đẹp như thơ" là câu nói phổ thông
Khi Bạn gặp một người Việt ngoài đường phố
Có lẽ người đó đã từng làm thơ

Hoặc thuộc lòng nhiều vần thơ nổi tiếng
Có câu nói là "mỗi người việt đều có hồn thi sĩ"

Việt Nam, hỡi Việt Nam
Vùng đất của thi nhân, anh hùng liệt nữ
Mấy ngàn năm chống đuổi giặc xâm lăng
Nhưng bây giờ,
đất đai của chúng ta không còn được bảo vệ bằng binh lực
Mà lại đem cho thuê, bán cho bọn giặc xâm lăng
Biết đến bao giờ
người Việt cùng đứng dậy đồng lòng đoàn kết
giúp quê hương tồn tại mảnh dư đồ,
bảo vệ tiếng Mẹ và di sản văn hóa thân thương
cho những thế hệ sau của giòng giống Lạc Hồng

Tràng Tiền mấy nhịp sầu đưa
Sông Hương nước chảy, lững lờ tình ai… (VT)

Painting by Artist Thanh Trí

Cao sơn vẫn đó, người xưa vắng
Lưu thủy còn đây, bóng nguyệt trôi... (VT)

Appendix A
About the Vietnamese Language

The Vietnamese language as it's spoken and written today have been used in Vietnam for thousands of years. But it was only recently in the mid-nineteenth century that a new Latin-based alphabet and writing system was developed in Vietnam through the cooperative efforts of Western and native scholars. This new writing system (chữ Quốc Ngữ), replaced the existing Sino-Chinese writing system (chữ Nôm), and make the spoken language very easy to put into writing since the new system can visually represent all the sounds of the spoken language.

Vietnamese is tonal and monosyllabic. Each word consists of only one syllable. There are also compound words, usually made up of two words, with optional hyphenation. Vietnamese alphabet has these primary vowels:"a, e, i, o, u, y", and eight accent marks. The accent marks belong to one of two groups, one group is used to change the vowel sound, the other, to change the tone. Vietnamese has six tones, only five tone marks have symbols. The lack of a tone mark on a vowel indicates a normal flat tone.

The six tones in Vietnamese language are:
1. The "sharp" accent mark (dấu sắc) on a vowel indicates a high rising tone. Examples: á, é, í, ó, ú, ý, ấ, ắ, ế, ố, ớ, ứ
2. The "falling" accent mark (dấu huyền) on a vowel indicates a low falling tone. Examples: à, è, ì, ò, ù, ỳ, ầ, ằ, ề, ồ, ờ, ừ
3. The "question" accent mark (dấu hỏi) on a vowel indicates a mid dipping rising tone. Examples: ả, ẻ, ỏ, ủ, ỷ, ẩ, ổ, ở, ử
4. The "tumbling" accent mark (dấu ngã) on a vowel indicates a high breaking rising tone. Examples: ã, õ, ũ, ỹ, ẫ, ễ, ỗ, õ, ỡ, ữ
5. The "heavy" accent mark (dấu nặng) on a vowel indicates a low heavy, constricted tone. Examples: ạ, ẹ, ị, ọ, ụ, ỵ, ậ, ặ, ộ, ợ,

6. No tone mark on a vowel indicates a normal flat tone (non-rising, non-falling). Examples: a, e, I, o, u, y, ă, â, ê, ư, ô, ơ, ư

Of the eight accent marks, the five tone marks were covered. The remaining three non-tone marks are listed below:
1. The "hat" accent mark (dấu mũ) as in: â, ê, ô
2. The "crescent moon" accent mark (dấu á) as in: ă
3. The "hook" accent mark (dấu móc) as in: o -> ơ, u -> ư

Words that look the same but have different accent marks on a vowel have different meanings and sound differently. A vowel may have zero to two accent marks associated with it. If a vowel has a tone mark, it will be placed on top of the non-tone accent mark, if any. The "heavy" tone mark is always placed under the vowel.

The six Vietnamese tones produce different tone or pitch on a vowel or combination of vowels. They are divided into two tonal groups. The neutral-falling tone group (vần bằng) includes two tones: the normal flat tone and the falling accent mark tone. The rising-heavy tone group (vần trắc) includes the four other tones, namely, the sharp, question, tumbling, and heavy tones.

In several Vietnamese poetry forms, selecting a word with the correct tonal group at a particular word order in a verse line is essential to make the line sounds melodious. For example, in the 6-8 poetry form, all the lines end with words that belong to the neutral-falling tone (vần bằng) group. The second word of each line almost always belongs to the neutral-falling tone group, and the fourth word of the line in the rising-heavy (vần trắc) tone group. Due to the innate melody of the six-eight poetry form, folk verse has been an integral part of Vietnamese life. Many poetry lovers can easily memorize and recall several hundred lines of 6-8 verses.

Appendix B
Popular Poetry Forms in Vietnamese Poems

Before presenting the poetry forms, let's review word rhyme in a
Vietnamese poem.

Word rhyme in Vietnamese is similar to word rhyme in English with
one notable difference. Words that rhyme should belong in the same
tonal group, that is, either the neutral-falling tone group (vần bằng)
or the rising-heavy tone group (vần trắc). Please refer to the previous
essay, "About the Vietnamese Language" for an explanation of tonal
group. Rhyming does not have to be strict. If the vowel parts of the
words sound fairly similar, the words are considered rhymed with
each other. Below are some examples of words that rhyme:

1. hoa (flower), ca (sing), cha (dad), quà (gift), nhòa (fade)
2. lá (leaf), hóa (change), lạ (strange), quả (fruit), tỏa (emanate)
3. hát (sing), quát (yell), nhạt (light), đạt (achieve), rắc (sprinkle)
4. xe (car), hè (summer), que (stick), quê (countryside) , tê (numb)
5. lo (worry), to (big), vô (enter), nho (grape), mơ (dream)
6. đó (that), rõ (clear), hổ (tiger), nhỏ (small), lọ (vase), chỗ (place)
7. mỹ (beauty), lý (reason), tí (little), quý (precious)
8. người (person), trời (god/sky), tươi (fresh), đồi (hill)

Some poetry forms in Vietnam have a fixed number of words per line
with specific rules covering rhyme and rhythm. Rhythm rules for a
specfic poetry form may be unstated if the rules are transparently
obvious to the native speaker. Tonal groups play an important role in
the rhythmic flow of a verse.

• The 6-8 form (lục bát):

The most popular Vietnamese poetry form is the 6-8 poetry form. The rules for this form are as follows:

1. The 6-8 poem consists of multiple 6-8 couplets.
2. Each couplet consists of two lines. The first line has six words or syllables, and the second line has eight.
3. In a couplet, the sixth word in the second line should rhyme with the last word in the first line.
4. To join couplets together, the last word in the first line of the following couplet should rhyme with the last word in the preceding couplet.

Various rhythmic rules are implicit when they are transparently obvious to the native speaker. If the rules are broken, the line loses its melodious quality and sounds awkward. Those hidden rules are:

1. The last word of each line belongs to the neutral-falling tone group (vần bằng).
2. The sixth word in the second line of a couplet belongs in the neutral-falling tone group (vần bằng).
3. The second word of each line almost always belongs in the neutral-falling tone group (vần bằng).
4. The fourth word in each line belongs to the rising-heavy tone group (vần trắc).
5. In the second line of each couplet, if the sixth word has a flat normal tone, then the last word of the same line should have a falling accent mark tone, and vice versa.

Variations exist for the 6-8 poetry form. Some folk verses use rhyme at the fourth word of the second line in a couplet to rhyme with the last word of the preceding line. Minor deviations from the 6-8 verse form are also allowed. Occassionally, the second line in a couplet may have more than eight words, usually nine. It's also normal, although not very common, to see the poem ending on a half-couplet, that is, a line with six words.

An example of a few verses in a 6-8 poem:
Trăm năm trong cõi người ta (1a)
Chữ tài, chữ mệnh khéo là (1b) ghét nhau (2a)
Trải qua bao cuộc bể dâu (2b)
Những điều trông thấy mà đau (2c) đớn lòng...

The words indicated by (1a) and (1b) rhyme with each other. The words indicated by (2a), (2b), and (2c) rhyme with each other.

• **The two-seven, six-eight (song thất lục bát) form:**
Literally translated, "song thất lục bát" is "two seven, six eight" in English. A poem of this form consists of multiple stanzas, each stanza has the following pattern: two lines of seven syllables each, followed by a 6-8 couplet. The rules for this form are as follows:

1. Contains one or more stanzas
2. Each stanza has four lines. The first two lines have seven words each. We will call this a 7-7 couplet. The last two lines are a 6-8 couplet.
3. In a stanza, the last word in the the third line (the first line of the 6-8 couplet) should rhyme with the last word of the preceding line (the second line of the 7-7 couplet).
4. In a stanza, the fifth word of the second line of the 7-7 couplet should rhyme with the last word of the first line of the 7-7 couplet.
5. In a stanza, the last word of the first line in the 7-7 couplet should belong in the rising-heavy tone group (vần trắc).

6. In a stanza, the last word of the second line of the 7-7 couplet should belong in the low-falling tone group (vần bằng).

7. Multiple stanzas are connected through rhymes. The fifth word of the first line (7-7 couplet) should rhyme with the last word of the preceding stanza.

A passage taken from the classic poem "Chinh Phụ Ngâm":
Thuở trời đất nổi cơn gió bụi (1a)
Khách má hồng nhiều nỗi (1b) truân chuyên (2a)
Xanh kia thăm thẳm từng trên (2b)
Vì ai gây dựng cho nên (2c) nỗi này (3a)

Trống Trường Thành lung lay (3b) bóng nguyệt (4a)
Khói Cam Tuyền mờ mịt (4b) thức mây
Chín tầng gươm báu trao tay
Nửa đêm truyền hịch đợi ngày xuất quân

In the first stanza, (1b) rhymes with (1a), (2b) rhymes with (2a) and (2c) rhymes with (2b). The second stanza joins with the first stanza through the rhymes of (3b) and (3a).

• The Seven-Word, Four-Line (thất ngôn tứ tuyệt) form:
Literally translated, "thất ngôn tứ tuyệt" is "seven words, four lines". This form was invented and perfected during the Tang Dynasty of China, over a thousand years ago. The poem consists of four lines, each line contains seven words. The rules for the most popular variation of this form are as follows:

1. The last word of the second line is the key rhyme for this form and it belongs to the neutral-falling tone group (vần bằng).

2. The last words in the second and fourth lines should rhyme, in other words, the second line and the fourth line should rhyme.

3. In the first line, If the last word belongs to the neutral-falling tone group (vần bằng), and it usually is, it should rhyme with the key rhyme of the poem.

4. The last word of the third line needs to belong to the rising-heavy tone group and usually have a different rhyme than the second line.

5. The following two symmetric rules, (5a) and (5b), are based on the rhythmic flow of a seven-word line. Following these rules will make the line sound more melodious. Note the symmetry of the tones of the words with regards to the word order, starting with the tone- deterministic second word in a verse line.

    a. In each line, if the second word belongs in the neutral-falling tone group, then the fourth word needs to belong in the rising-heavy tone group and the sixth word needs to belong in the same tonal group as the second word. (2nd: neutral-falling, 4th: rising-heavy, 6th: neutral-falling), (Bằng Trắc Bằng) or (BTB).

    b. In each line, if the second word belongs in the rising-heavy tone group, then the fourth word needs to belong in the neutral-falling tone group, and the sixth word needs to belong in the same tonal group as the second word. (2nd: rising-heavy, 4th: neutral-falling, 6th: rising-heavy), (Trắc Bằng Trắc) or (TBT). This is the reverse of 5a.

6. The following rules, (6a) and (6b) provides symmetry to the structure of the poem as a whole.

    a. If the second word in the first line belongs to the neutral-falling tone group, then the second word in the second and third lines need to belong to the rising-heavy tone group, and the second word in the fourth line needs to belong to the neutral-falling tone group, same as the first line. This is often denoted as (BTTB) where 'B' stands for neutral-falling tone group of the second word in each line, and 'T' stands for the rising-heavy tone group of the second word in each line.

b.   This rule is similar to rule (6a), but the tonal groups are reversed. If the second word in the first line belongs to the rising heavy tone group, then the second word in the second and third lines need to belong to the neutral-falling tone group, and the second word in the fourth line needs to belong to the same tone group as the first line. This is often denoted as (TBBT) rule. This is the reverse of 6a.

An example of a thất ngôn tứ tuyệt poem using the (6a) rule:

Bài thơ (Neutral-Falling) hạnh ngộ đã trao tay
Ôi mộng (Rising-Heavy) nào hơn giấc mộng này
Mùi phấn (Rising-Heavy) em thơm mùa hạ cũ
Nửa như (Neutral-Falling) hoài vọng nửa như say (by Đinh Hùng)

Note the balanced symmetry of the tonal groups used for the second word of each line.

An example of a thất ngôn tứ tuyệt poem using the (6b) rule:

Em đến (Rising-Heavy) với dòng suối nhạc thơ
Cao sơn (Neutral-Falling) lưu thủy tự bao giờ
Âm ba (Neutral-Falling) nào vọng nơi tiềm thức
Đưa mộng (Rising-Heavy) hồn ta đến Cõi Mơ (by VuongThanh)

Note the balanced symmetry of the tonal groups used for the second word of each line.

• The Seven-Word Eight-Line (Thất Ngôn Bát Cú) Form:

This poetry form is also invented during the Tang Dynasty of China. It's structure is very symmetrical and its rules are fairly complex compared to the other poetry forms. The rules for the most common variation of this form are as follows :

1. All the rules for the "Seven Words, Four Lines" poetry form applies to this form.

2. The 1st, 2nd, 4th, 6th, and 8th lines rhyme with each other, that is, the last words in those line rhyme with each other. The 3rd line and the 5th line belong in the rising-heavy tone group and the last words in those lines usually have different rhymes than the 1st line.

3. The poem has two main forms:

   a. 1st line, 2nd word: Neutral-Falling tone
   2nd line, 2nd word: Rising-Heavy tone
   3rd line, 2nd word: Rising-Heavy tone
   4th line, 2nd word: Neutral-Falling tone
   5th line, 2nd word: Neutral-Falling tone
   6th line, 2nd word: Rising-Heavy tone
   7th line, 2nd word: Rising-Heavy tone
   8th line, 2nd word: Neutral-Falling tone

   b. Similar to (3a) above, just reverse the tonal groups for the 2nd word of each line.

4. The third and fourth line are a 7-7 couplet. The corresponding words of each line in the couplet needs to "match" each other. For example, if the nth word on the third line is a noun, adjective, pronoun, etc., then the nth word on the fourth line need to be of the same type respectively. If the nth word on the third line is a word that describes a quantity, or some

aspect of nature, then the corresponding nth word in the fourth line should also belong to the same word category. Compare and contrast technique is often used to parallelize the second line with the first line.

5. Similarly, the fifth and sixth lines form a second couplet with the second line matching the first line, word by word, as described above.

An example of a famous poem, "Crossing Ngang Pass" by Bà Huyện Thanh Quan, a famous historical figure, written in this form. Note the compare-and-contrast couplets.

Bước tới đèo Ngang, bóng xế tà
Cỏ cây chen đá, lá chen hoa
Lom khom dưới núi, tiều vài chú
Lác đác bên sông, chợ mấy nhà
Nhớ nước đau lòng con quốc quốc
Thương nhà mỏi miệng cái gia gia
Dừng chân đứng lại, trời non nước
Một mảnh tình riêng, ta với ta

English translation:
As I walk toward the Ngang Pass, the sun had just set
Grasses and plants crowd the rocks, leaves mingle with flowers
Some wood-cutters, at the mountain's foot, bent down at work
A few shops lie scattered by the riverside
Longing for motherland, the "Quốc" bird cries out its heart
Longing for home, the "Gia" bird unceasingly cries for home
Stopping here, gazing at the mount'n, river, and sky
My heart's full of feelings, with only I and I ...

• The Five-Word Poetry Form:

This poetry form consists of one or more stanzas. Each stanza usually have four lines, each line five words. There are various variations on rhyming for this poetry form. Here are some popular variations:

  • The first, second, and fourth lines have the same rhyme and belong to the falling-neutral tone group. The third line ends with a rising-heavy tone.

  • The first and third lines have rising-heavy tones and the same rhyme. The second and fourth line have neutral-falling tones and the same rhyme.

  • This form is considered to be free-form. There's no strict rules with regards to the tonality of each word or the rhyme scheme for each line.

• The Eight-Word (thơ tám chữ) Poetry Form:

This poetry form is also considered to be free-form. It consists of four lines or more, each line has eight words. The lines often come in pairs that rhyme with each other. The last words in each pair alternate between the rising-heavy group and the neutral-falling tone group. A few lines taken from a poem of this form:

Khi mới lớn, tuổi mười lăm, mười bảy,
Làm học trò mắt sáng với môi tươi
Ta bước lên chân vẫn dạo bên người
Ngoài cặp sách trần ai xem cũng nhẹ !
Đời thấp thoáng qua học đường nhỏ bé
Phố phường cuộc sống mới lên hoa
Ta ngồi nghe những tiếng thị thành xa
Hồn lơ đãng mộng ra ngoài cửa lớp   *(by Đinh Hùng)*

• The Seven-Word, Long Saga (Thất Ngôn Trường Thiên) Form:
This poetry form is also considered to be free-form. It consists of twelve lines or more, each line has seven words. The rhyming of lines are flexible. Knowing and using the appropriate tonal groups to use for the second, fourth, and sixth word in a seven word line will make the verse sounds more melodious.

Below is a few lines taken from a poem of this form:
Nhìn trăng sực tỉnh cơn trường mộng
Mới thấy người thơ một kiếp say
Say từ tia nắng trên hàng liễu
Từ tiếng chim ca buổi sáng mai
Từ giọt sương cài hoa phượng tím
Từ tờ thư viết mực chưa phai
Tào Tháo lẫy lừng trang sử khép
Còn may lưu khúc Đoản Hành Ca
Thiên niên kỷ mới hay là cũ?
Đường có gần hay đường vẫn xa?
Hãy gõ vào ly như kẻ ấy:
Rằng trăng, rằng gió của riêng ta (by Hà Thượng Nhân)

• Totally Free-Form Poetry (thơ tự do) Form:
There are no rules to this form. Like a blank sheet of paper without any line grids, anything can be drawn on it. Sounds easy, but actually, writing a good free-form poem can be fairly difficult, as there's no template, no rule to provide guidance. The author needs to create his own poem's rhythmic flow. Word rhyme in helping with the poem's flow is very flexible and can be subtle. Rhyme can be at the beginning, middle, or end of a line or a few lines away.

List of Artwork

List of Authors

Artists: Thanh Trí, Văn Tấn Phước, Vũ Hối, Nguyễn Sơn

Translators: EmptyCloud, VuongThanh

Songwriters and Poets:

Trần Hưng Đạo • Nguyễn Du • Nguyễn Trãi • Trần Nhân Tông •
Nguyễn Công Trứ • Đặng Dung • Phan Bội Châu • Trần Khánh Dư •
Nguyễn Khuyến • Bà Huyện Thanh Quan • Hồ Xuân Hương •
Hà Thượng Nhân • Mai Thạch • Tản Đà • Vũ Hoàng Chương •
Đinh Hùng • Thế Lữ • Nguyễn Ngọc Huy • Anh Bằng • Bùi Tiến •
Cao Nguyên • Cao Tần • Cung Tiến • Du Tử Lê • Dương Phương Linh •
Dương Vân Châu Trúc Ca • Đặng Lệ Khánh • Đặng Thế Phong •
Đoàn Chuẩn • Đông Hồ • Đức Huy • Hà Ngọc Hiệp • Hà Huyền Chi •
Hàn Mặc Tử • Hoàng Anh Hùng • Hoàng Hoa • Hoàng Thanh Tâm •
Hoàng Hương Trang • Hồ Dzếnh • Lam Phương • Lưu Trọng Lư • Mạc Ẩn •
Minh Đức Hoài Trinh • Minh Vân • Mộng Tuyết • Mục Tú • Mỹ Hạnh •
Nguyễn Hoàng Đô • Nguyễn Minh Các • Nguyễn Minh Hải •
Nguyễn Thị Ngọc Dung • Nguyễn Thị Thanh Bình • Ngân Giang •
Ngô Ái Loan • Ngô Thụy Miên • Ngọc Long • Nguyên Sa • Nguyễn Bính •
Nguyễn Hoàng Phương • Nhất Tuấn • Nhung Trương • Nguyễn Minh Châu •
Phan Anh Dũng • Phan Khâm • Phan Mạnh Thu • Phạm Đình Chương •
Phạm Duy • Phạm Ngọc Lan • Phạm Thị Minh Hưng • Quang Dũng •
Song Nhị • Thâm Tâm • Tâm Minh Ngô Tằng Giao • Thiên Di • Thu Hương •
T.T.Kh • Trần Hưng Nguyên • Trần Kim Bằng • Trần Ngọc Sơn • Trần Thiện
Thanh • Trần Trịnh • Trần Trung Đạo • Trần Quảng Nam • Trịnh Công Sơn •
Tuấn Khanh • Tuệ Mai • Từ Công Phụng • Văn Cao • Văn Phụng •
Văn Tấn Phước • Vĩnh Điện • Vũ Đức Nghiêm • Vũ Hối • Y Vân •
Phương Hồ • Tuệ Nga • VuongThanh

I started writing poetry over thirty years ago. The first poems I wrote were in English, when I was in middle school. I work in the field of science, but poetry runs in the family. Poets that I love include: Shakespeare, Li Bai, Li Shangyin, Nguyễn Du, John Keats, Lord Byron, Vũ Hoàng Chương, Hà Thượng Nhân, Đinh Hùng, Tuệ Nga, Phương Hồ. Of the great poets of the world, I admire Li Bai the most, and like to consider myself as his disciple since we had a lot of things in common: we both love romantic, dream, fairyland, "unrestrained mood", wine drinking poetry, the Moon Lady, and shared a common nostalgic melancholy for the plights of human existence.

VuongThanh, or Vương Thanh, is my pen name. My full name is Hồ Minh Quang. I was born in Saigon, VN, in the 2nd half of the 20th century.
For many years, I've been mostly a mountain hermit poet, and writes poetry for my own enjoyment and self-expression and to share with a few friends. Over the years, I have contributed poems to a few poetry books, magazines and literary websites, notably "Lưu Dân Thi Thoại" (Poetry of Vietnamese Living Overseas), a book published in 2003 by Coi Nguon, "Dòng Cổ Nguyệt" by Tuệ Nga, published in 2013 ; Nguồn (Roots) monthly magazines; art2all.net and cothommagzine.com. literary websites.

In poetry, I like to refer to my abode as "thiên nhai", meaning "somewhere at the far end of the world." This book's my world's end's garden of favorite Vietnamese poems and songs that I have compiled and translated to English to share with the world the beauty of Vietnamese song lyrics and poetry.

Ryan and Alan posing for the camera

VuongThanh's Family
Alan, Ryan, Amy, and me

Cho nhau thi vị nồng say
Quỳnh tương ngọc lộ ngất ngây cõi lòng... (VÊ)

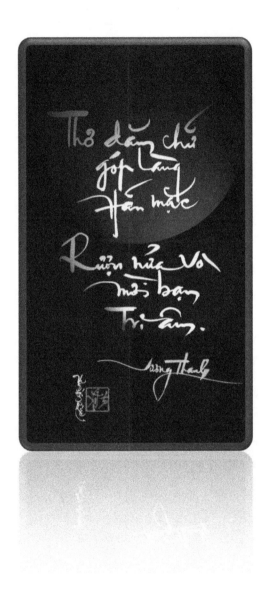

Calligraphy by Artist Văn Tấn Phước

CPSIA information can be obtained
at www.ICGtesting.com
Printed in the USA
JSHW031009130420
5066JS00001B/235